ഉല്ലാസബുദ്ധൻ

ullasabudhan

•

k r ajayan

•

first edition
may 2017

•

typesetting & published
chintha publishers, thiruvananthapuram

•

printed
akshara offset, thiruvananthapuram

•

cover
midas

•

price
rupees one hundred and five only

വിതരണം

ദേശാഭിമാനി ബുക്ക് ഹൗസ്

H O തിരുവനന്തപുരം-695 035
phone: 0471-2303026, 6063026
www.chinthapublishers.com
chinthapublishers@gmail.com

ബ്രാഞ്ചുകൾ

ഹെഡ്ഡാഫീസ് ബ്രാഞ്ച് കുന്നുകുഴി • സ്റ്റാച്യു തിരുവനന്തപുരം • കെ എസ് ആർ ടി സി ബസ് സ്റ്റേഷൻ ആലപ്പുഴ • കെ എസ് ആർ ടി സി ബസ് സ്റ്റേഷൻ എറണാകുളം • മച്ചിങ്ങൽ ലെയിൻ തൃശൂർ • ഐ ജി റോഡ് കോഴിക്കോട് • മാവൂർ റോഡ് കോഴിക്കോട് • എൻ ജി ഒ യൂണിയൻ ബിൽഡിങ് കണ്ണൂർ • സെൻട്രൽ ബസ് ടെർമിനൽ കോംപ്ലക്സ് താവക്കര കണ്ണൂർ

CO - 2530 / 4368
ISBN - 978-93-86364-96-8

ഉല്ലാസബുദ്ധൻ

വിഹാരങ്ങളിലൂടെ യാത്ര

കെ ആർ അജയൻ

ചിന്ത പബ്ലിഷേഴ്സ്
തിരുവനന്തപുരം-695 035
വില : ₹ 105

കെ ആർ അജയൻ

തിരുവനന്തപുരം ജില്ലയിൽ നെയ്യാറ്റിൻകര താലൂക്കിൽ കള്ളിക്കാട് ശാരിഭവനിൽ കെ എസ് ആർ ടി സി ജീവനക്കാരനായിരുന്ന പി എ രാമചന്ദ്രൻ നായരുടെയും അദ്ധ്യാപിക ആർ ലളിതമ്മയുടെയും മകൻ. ഇരുപതു വർഷത്തിലേറെയായി പൂർണ്ണസമയ പത്രപ്രവർത്തകൻ. ഇംഗ്ലീഷ് ഭാഷയിലും സാഹിത്യത്തിലും ബിരുദം. *ദേശാഭിമാനി* ദിനപത്രത്തിന്റെ തിരുവനന്തപുരം, പത്തനംതിട്ട, കൊല്ലം, എറണാകുളം, തൃശൂർ, മലപ്പുറം ജില്ലകളിൽ ലേഖകനായിരുന്നു. ഇപ്പോൾ തിരുവനന്തപുരം *ദേശാഭിമാനി*യിൽ അസിസ്റ്റന്റ് എഡിറ്റർ. തിരുവനന്തപുരം പ്രസ് ക്ലബ് സെക്രട്ടറി ആനുകാലികങ്ങളിൽ ചെറുകഥകളും യാത്രക്കഥകളും ലേഖനങ്ങളുമെഴുതുന്നു. യുണിസെഫ് -കേസരി മാധ്യമ ഫെല്ലോഷിപ്പിന് അർഹനായിട്ടുണ്ട്.

കൃതികൾ: *പത്രോസ് രക്ഷതു, രാമകൃഷ്ണന്റെ ആദ്യ രാത്രി* (കഥകൾ), *അഗസ്ത്യകൂടത്തിലെ ആദിവാസികൾ, കാണിക്കഥകളുടെ രാഷ്ട്രീയം* (പഠനം), *ചെഗുവേര* (ലഘു ജീവചരിത്രം), *മരച്ചില്ലകൾ ഒടിയുമ്പോൾ, മാഞ്ചോലക്കുളിരിലൂടെ, നന്ദാദേവി മറ്റൊരു ഹിമാലയം, ഗോമുഖ്: അനുഭൂതികളുടെ മേഘസ്ഫോടനങ്ങൾ, സ്പിത്തി, റോത്തങ് പാസിലെ പൂക്കൾ, സ്വർഗ്ഗാരോഹിണി* (യാത്ര).

ഭാര്യ : വി ആർ സുജ
മകൾ : എസ് ആദിത്യ
വിലാസം : 'ലളിതം', മുദ്ര 22 എ, മുടവൻമുഗൾ
പൂജപ്പുര, തിരുവനന്തപുരം.
ഫോൺ : 9446967345
ഇമെയിൽ : krajayan1@gmail.com
വെബ്സൈറ്റ് : www.krajayan.blogspot.com

ഉള്ളടക്കം

പ്രസാധകക്കുറിപ്പ്

പ്രമുഖ പത്രപ്രവർത്തകനും എഴുത്തുകാരനുമായ കെ ആർ അജയൻ ബുദ്ധവിഹാരങ്ങളിലൂടെ നടത്തിയ യാത്രയാണ് ഈ പുസ്തകത്തിൽ. സമ്പന്നമായ ബുദ്ധപാരമ്പര്യത്തിന്റെ ചരിത്രസ്ഥലികളാണ് നമുക്ക് മുന്നിൽ തുറക്കുന്നത്. വായനക്കാരെ ഈ യാത്രയിലേക്ക് ക്ഷണിക്കുന്നു.

ചിന്ത പബ്ലിഷേഴ്സ്

എഴുതാനാകാത്ത കവിതപോലെ

സാധാരണ സഞ്ചാരത്തിന്റെ ഭാഗമായി ഹിമാലയത്തിലെ പല പ്രദേശങ്ങളിലും കയറിയിറങ്ങിയ കൂട്ടത്തിലാണ് ഹിമാചലിലെ പവിത്ര മായ ലഹോൾ-സ്പിത്തി താഴ്വരയിലെത്തിയത്. ആദ്യ കാഴ്ചയിൽത്ത ന്നെ നമ്മെത്തന്നെ നഷ്ടപ്പെടുത്തുന്ന വശ്യ സൗന്ദര്യമാണ് ഈ താഴ് വരയ്ക്ക്. അവിടെ ഒട്ടിച്ചേർന്നിരിക്കുന്ന ബുദ്ധവിഹാരങ്ങൾ കാലത്തിന്റെ ചുവർ ചിത്രങ്ങൾപോലെ പൗരാണികവും നിറം മങ്ങിയതുമാണ്.

ഈ ബുദ്ധഗയകളെ ഓർക്കാത്ത ദിവസംതന്നെ ചുരുക്കം. അത്ര ത്തോളം അവാച്യമാണ് അവയെല്ലാം. ഈ താഴ്വരകൾ കണ്ടശേഷം ഞാൻ *സ്പിത്തി* എന്ന പുസ്തകത്തിൽ എഴുതി; 'യാത്ര എപ്പോഴും ഒരു തരം നൊസ്റ്റാൾജിയയാണ്. ഒരുപാടിടത്ത് യാത്രചെയ്താലും അതിൽ ചിലത് ആദ്യ പ്രണയംപോലെ വല്ലപ്പോഴും മനസ്സിൽ പൂവിടും. സത്യ ത്തിൽ ഞാൻ യാത്രയെ ഗൗരവപൂർവ്വം പ്രണയിച്ചുതുടങ്ങിയത് ലഹൂ ളും സ്പിത്തിയും കണ്ടശേഷമാണ്. അതിനുശേഷം ഞാൻ ആരെയും പ്രണയിച്ചിട്ടുമില്ല', എന്ന്. അത് സത്യമാണ്. പ്രണയാതുരമായ ഒരു കാഴ് ചാസങ്കേതം എന്നിൽ തുറന്നത് ഈ താഴ്വരകളും ബുദ്ധാശ്രമങ്ങളു മാണ്. അത് എനിക്കൊപ്പം യാത്രചെയ്ത എല്ലാവരിലും എല്ലാ കാലവും തളിരിട്ട് നില്ക്കും.

ബുദ്ധനും ബുദ്ധിസവുമെല്ലാം പിടിതരാതെ നില്ക്കുന്ന സമസ്യക ളാണല്ലോ. കൊച്ചുക്ലാസിൽ ബുദ്ധകഥ പഠിക്കുമ്പോൾ മനസ്സിൽ ഉറപ്പി ച്ചതാണ് എന്നെങ്കിലും ഒരു ബുദ്ധാശ്രമം കാണണമെന്ന്. മരിച്ച മകനെ ജീവിപ്പിക്കാൻ ബുദ്ധന് മുന്നിലെത്തുന്ന അമ്മയുടെ കഥയാണ് അതിന് പ്രചോദനം. ആശയാണ് ദുഃഖത്തിന് അടിസ്ഥാനമെന്നും മരണം സത്യ മാണെന്നും ആവർത്തിച്ചുറപ്പിച്ച ആ കഥയാകണം വർഷങ്ങൾക്കുശേഷം എന്നെ ബുദ്ധഗയകൾക്ക് മുന്നിൽ എത്തിച്ചത്. കാണാൻ തുനിയുമ്പോൾ അത് ഏറ്റവും പൗരാണികവും കെട്ടുകഥകൾക്കപ്പുറമുള്ള സത്യാന്വേഷ

ണവുമാകണമെന്ന് തോന്നി. ഇന്ത്യയിൽ പ്രായംകൊണ്ട് വാർദ്ധക്യം ബാധിച്ച ബുദ്ധാശ്രമങ്ങൾ തേടിയിറങ്ങിയത് അതുകൊണ്ടാണ്. ഈ കുന്നുകളിലും താഴ്‌വരകളിലും ആയിരത്തിലേറെ വർഷം തപം ചെയ്ത ആ ബുദ്ധാശ്രമങ്ങൾ കുറെയെങ്കിലും കാണാനായത് യാത്രയുടെ സൗരഭ്യം എന്നതിനേക്കാൾ എന്റെ മനോശുദ്ധീകരണമായിരുന്നുവെന്ന് ഇപ്പോൾ സമ്മതിക്കാതെ വയ്യ. പ്രതീക്ഷകൾക്കെല്ലാം അപ്പുറമെത്തുന്ന ഇന്ദ്രിയ പരതയുടെ തണുപ്പും കുളിരുമാണ് ഓരോ ബുദ്ധാശ്രമവും.

ലഹൂൾ-സ്പിത്തി താഴ്‌വരകളുടേത് ഉന്മാദമുണർത്തുന്ന ഭൗമാന്തരീക്ഷമാണ്. ഈ കാഴ്ചകൾ ഒരിക്കലും അവസാനിക്കരുതേയെന്ന് പ്രാർത്ഥിച്ചുപോകുന്ന നിമിഷങ്ങൾ. ഭൂമിയുടെ നീലഞരമ്പായി ഒഴുകിയും ഒട്ടിപ്പിടിച്ചും കിടക്കുന്ന സ്പിത്തി നദിയും ചന്ദ്രയും ഭാഗയുമെല്ലാം ഇവിടെയുണ്ട്. മഞ്ഞിടിയുന്ന താഴ്‌വരകളിലൂടെ സ്വച്ഛന്ദമായി സഞ്ചരിക്കുമ്പോൾ ജീവിതത്തിലിന്നുവരെ കവിതയെഴുതാൻ പറ്റാത്ത ഈയുള്ളവനിലും കവിത ഉറവപൊട്ടുന്നോയെന്ന് സംശയിക്കാതിരുന്നില്ല. എന്നിട്ടും വാക്കുകൾക്കും, വർണ്ണനകൾക്കുമൊന്നും പിടിതരാതെ എഴുതാനാകാത്ത കവിതപോലെ അത് മനസ്സിൽ വിളങ്ങിനില്ക്കുന്നു.

ലഹൂൾ-സ്പിത്തി കണ്ട് കുറേകഴിഞ്ഞാണ് ബുദ്ധരാജ്യമായ ഭൂട്ടാൻ സന്ദർശിച്ചത്. അവിടെയും മിത്തും യാഥാർത്ഥ്യവുമൊക്കെ കൂടിക്കുഴഞ്ഞ് നൂറ്റാണ്ടുകൾ പിന്നിടുന്ന നിരവധി ബുദ്ധ ഗയകളുണ്ട്. അതിൽ ചിലതിനെക്കുറിച്ചുകൂടി ഈ പുസ്തകത്തിൽ എഴുതിവയ്ക്കുന്നു.

മതങ്ങളെക്കുറിച്ച് കാര്യമായി ധാരണയുള്ള ഒരാളല്ല ഞാൻ. എന്നാൽ മതങ്ങൾ സാമൂഹ്യജീവിതത്തിൽ ചെലുത്തുന്ന സാന്മാർഗ്ഗികവും അസാന്മാർഗ്ഗികവുമായ ഇടപെടലുകളെക്കുറിച്ച് വ്യക്തമായ ധാരണയുണ്ട്. നന്മയുടെ ഭാഗമായി വർത്തിക്കേണ്ട മിക്ക മതങ്ങളും അവയുടെ ധാർമ്മികത നഷ്ടമാക്കി സ്വത്വത്തെപ്പോലും ചോദ്യം ചെയ്യുംവിധം വളർന്നു പന്തലിക്കുന്ന കാലത്താണ് നമ്മൾ ജീവിക്കുന്നത്.

ഇതിൽ ഉൾപ്പെടുത്തിയിട്ടുള്ള യാത്രകൾ വിവിധ ആനുകാലികങ്ങളിൽ പ്രസിദ്ധം ചെയ്തവയാണ്. അവ വായിച്ച പ്രിയ വായനക്കാർ നല്കിയ ആത്മാർത്ഥമായ പ്രേരണയാണ് ഈ പുസ്തകത്തിനു പിന്നിലെ ആവേശം. യാത്ര പകരം വയ്ക്കാനാകാത്തയൊന്നാണ്. അത് സത്യവുമാണ്. ഈ യാത്രകൾക്ക് കരുത്തുപകരുന്നവർ നിരവധിയുണ്ട്. കുടുംബം മുതൽ പ്രിയപ്പെട്ടവർവരെ നീളുന്ന പരമ്പര. അവരോടെല്ലാം വാക്കുകളിൽ അവസാനിക്കാത്ത സ്നേഹവും നന്ദിയുമുണ്ട്. ഇത് പുസ്തകരൂപമാക്കുന്ന ചിന്ത പബ്ലിഷേഴ്സിനോട് വല്ലാതെ കടപ്പാടുണ്ട്. എല്ലാത്തിനുമുള്ളതുപോലെ യാത്രയ്ക്കുമുണ്ട് രാഷ്ട്രീയം. അത് കാഴ്ചയുടെ രാഷ്ട്രീയമാണ്. സത്യസന്ധമായി പറയട്ടെ, കാഴചകൾ ഉന്മത്തമാണ്. അതുണ്ടാക്കുന്ന ഉന്മാദത്തിന് പകരമാകാൻ മറ്റൊന്നുമില്ല. എല്ലായ്പ്പോഴും യാത്രചെയ്യുക ജീവിതവ്രതമായി ഞാൻ കാണുന്നു. ഇനിയും ആ വ്രതം തുടരാൻ തന്നെയാണ് തീരുമാനവും.

കെ ആർ അജയൻ

വാതിൽ ഇപ്പോഴും അടഞ്ഞുതന്നെ കിടക്കുന്നു

പൗരാണിക ബുദ്ധാശ്രമങ്ങളെപ്പറ്റിയുള്ള എല്ലാ ധാരണകളും അതേപടി നിലനിർത്തുന്നതാണ് ഓരോ ഗയകളും. എങ്കിലും കാലത്തിന്റെ ഒഴുക്കിൽ പലതും കൈമോശം വന്നുവോയെന്ന സന്ദേഹവും ഇല്ലാതില്ല. പാരമ്പര്യ ആചാര, ആരാധനാ സമ്പ്രദായങ്ങൾ മിക്കതിലും മാറ്റം വന്നിട്ടുണ്ട്.

കാലത്തിന്റെ ആവശ്യത്തിനനുസരിച്ചുള്ള പ്രയോഗപ്രവർത്തനമാണ് ഇപ്പോൾ ഈ ബുദ്ധ മൊണാസ്ട്രികളിൽ നടക്കുന്നത്. പൗരാണിക സ്വത്വം നിലനിർത്തുന്നതിനൊപ്പം നിലനില്പിന്റെ ആവശ്യകതയാണ് അവയുടെ അടിസ്ഥാനപ്രശ്നം. എല്ലാ മതങ്ങളിലും പില്ക്കാലത്ത് സംഭവിച്ച വരേണ്യവർഗ്ഗീകരണം ബുദ്ധമതത്തെയും കാര്യമായി ബാധിച്ചിട്ടുണ്ട്. ഈ പുസ്തകത്തിൽ ചൂണ്ടിക്കാട്ടുന്ന ആയിരംവർഷം പിന്നിട്ട മിക്ക മൊണാസ്ട്രികളിലും ഈ പ്രവണത നിലനില്ക്കുന്നു. അത് ബുദ്ധശിഷ്യഗണങ്ങൾ കൈമാറിയ ആരാധനാസമ്പ്രദായത്തിൽ വന്ന സാമൂഹ്യഇടപെടലുകളുടെ ഭാഗമാകണം. നിലനില്പിനായുള്ള പിടിച്ചുനില്ക്കലിന്റെ സമരങ്ങളിൽ ഉടലെടുത്ത പ്രായോഗികസമീപനമാണ് ഓരോയിടത്തെയും ആരാധനാക്രമത്തിലുള്ള വ്യത്യാസങ്ങളെന്ന് വ്യക്തമാണ്. ഹിമാലയത്തിലെ ഹിന്ദുമത കേന്ദ്രീകൃത സന്ന്യാസിപരിവാരത്തിന്റെ സ്വാധീനം ബുദ്ധസന്ന്യാസികളെയും ബാധിച്ചിട്ടുണ്ട്. മാംസാഹാരവും ലഹരി വസ്തുക്കളുമുപയോഗിക്കുന്ന, ശ്ലീലമല്ലാത്ത, ആഭിചാരകർമ്മങ്ങളുടെ പിന്നാലെ പോകുന്ന ബുദ്ധാരാധന ചില മൊണാസ്ട്രികളിലെങ്കിലും സജീവമാണ്. ചരസ് ഉൾപ്പെടെയുള്ള ലഹരിവസ്തുക്കൾ വില്പന നടത്തുന്ന ബുദ്ധഭിക്ഷുവും ഈ യാത്രയിൽ ശ്രദ്ധയിൽപ്പെട്ടു.

ഞങ്ങൾ സന്ദർശിച്ച നൂറ്റാണ്ടുകൾ പിന്നിടുന്ന ബുദ്ധവിഹാരങ്ങൾ

പലതും പരസ്പര സമ്പർക്കമില്ലാതെ ഒറ്റപ്പെട്ട് കഴിയുന്നവയാണ്. പൗരോഹിത്യത്തിന്റെ അധികാരപ്രമത്തതയാണ് ഈ സമ്പർക്കമില്ലായ്മയ്ക്ക് കാരണമെന്ന് വ്യക്തമാണ്. ബുദ്ധനുശേഷം അദ്ദേഹത്തിന്റെ ചിന്താധാരയിലുണ്ടായ വ്യതിയാനങ്ങളും വ്യാഖ്യാനങ്ങളും അഭിപ്രായവ്യത്യാസങ്ങൾക്ക് കളമൊരുക്കിയതായി കാണാം. മഹായാനവും ഹീനയാനവുമെല്ലാം അതിന് തെളിവാണ്. ഒരുപക്ഷേ, മതത്തിനുള്ളിൽ രൂപപ്പെട്ട വരേണ്യതയാകണം ഇതിന് കാരണം.

വിഗ്രഹഭഞ്ജകനായ ബുദ്ധന്റെ പിന്മുറക്കാർ വിഗ്രഹാരാധകരായി മാറിയതിന്റെ തെളിവുകൂടിയാണ് ഞാൻ കണ്ട ഓരോ ബുദ്ധാശ്രമവും. ആരാധനാമൂർത്തികളുടെ ബാഹുല്യം നിമിത്തം വിശ്വാസത്തിനുപോലും സമചിത്തതയില്ലാത്തയവസ്ഥയാണ് പലേടത്തും. മേന്മകൾ ഉയർത്തിക്കാട്ടുകയും തങ്ങളേക്കാൾ വ്യത്യസ്തത പുലർത്തുന്നവരെ ഇകഴ്ത്തുകയും ചെയ്യുകയെന്നത് പൗരോഹിത്യത്തിന്റെ പൊതുസ്വഭാവമാണ്. ലോകത്തിലെ ഒട്ടുമിക്ക മതങ്ങൾ പരിശോധിച്ചാലും ഇത് വ്യക്തമാണ്. ഹിന്ദു-ക്രിസ്ത്യൻ-മുസ്ലിം, സിഖ് മതങ്ങളിലെല്ലാം വ്യത്യസ്തമായ ആരാധനാസമ്പ്രദായങ്ങൾ പ്രചരിപ്പിക്കാൻ കാരണം ഇതാണ്. തങ്ങളിലേക്ക് കൂടുതൽപേരെ അടുപ്പിച്ചുനിർത്തുകയെന്ന പൗരോഹിത്യവരേണ്യതയുടെ പൊതുസമീപനത്തിന്റെ ഭാഗമാണിത്. ഇന്ത്യയിലെ ബുദ്ധാശ്രമങ്ങളും ഇതിൽനിന്ന് വ്യത്യസ്തമല്ലെന്ന് ഓരോ കാഴ്ചയും ആവർത്തിച്ച് അടയാളമിടുന്നു. താൻ ദൈവമല്ലെന്നും സാധാരണ മനുഷ്യനാണെന്നും പറഞ്ഞ ബുദ്ധനെ ദൈവമാക്കി അസാധാരണനാക്കി പ്രതിഷ്ഠിക്കുകയാണ് ബുദ്ധപൗരോഹിത്യം പില്ക്കാലത്ത് ചെയ്തത്. അതിന്റെ ഏറ്റക്കുറച്ചിലുകളിൽ ബുദ്ധൻതന്നെ വിസ്മരിക്കപ്പെടുകയും ബുദ്ധശിഷ്യന്മാർ അവരോധിക്കപ്പെടുകയും ചെയ്തു. ബോധിധർമ്മനും അവലോകിടേശ്വരനും ശാക്യബുദ്ധനും വൈരോചനബുദ്ധനുമെല്ലാം അതിന്റെ തെളിവാണ്.

അഹിംസയിലൂന്നിയ മാനവധർമ്മ സിദ്ധാന്തം രചിച്ച ബുദ്ധന്റെ പേരിലുള്ള ചില മൊണാസ്ട്രികളിൽ മാംസവും മദ്യവും ദൈനംദിന സേവയാകുന്നതും കാണാൻ ഇടവന്നു. മഹായാന ബുദ്ധിസത്തിന്റെ പിരിവുകളിലൊന്നായ താന്ത്രിക് ബുദ്ധിസം (വജ്രയാനം)സ്വീകരിച്ചിട്ടുള്ള ചിലയിടങ്ങളിൽ ആഭിചാരവിദ്യകളും മന്ത്രവാദവും കറുത്ത മാജിക്കുമൊക്കെ ഇന്നുണ്ട്. മത്സ്യവും മാംസവും മദ്യവും മാത്രമല്ല തുറന്ന ലൈംഗികതയും മൈഥുനംപോലും പൂജാദിപ്രവൃത്തികളുടെ ഭാഗമായിട്ടുണ്ട്. നിയോബുദ്ധിസ്റ്റുകളുടെ വരവോടെ കാര്യങ്ങൾ അതിനേക്കാൾ സങ്കീർണ്ണമാണ്. ഞാൻ കണ്ട ബുദ്ധഗയകളിൽ മേല്പറഞ്ഞതൊക്കെ എവിടെയാണെന്ന് വ്യക്തമാക്കാൻ തുനിയുന്നില്ല. അത് ആ ഗയകളുടെ സ്വകാര്യതയിലേക്കുള്ള ഒളിഞ്ഞുനോട്ടമാകും. അതിനുകാരണം എനിക്ക് ബുദ്ധനെ അത്രത്തോളം ഇഷ്ടമാണ് എന്നതുതന്നെ. എപ്പോഴും യാത്രയുടെ ഉല്ലാസം പകരുന്ന ബുദ്ധനെയാണെനിക്കിഷ്ടം.

ഒരുപാടൊരുപാട് മൊണാസ്ട്രികൾ ഈ കുന്നുകളിലും താഴ്വരകളിലും തപം ചെയ്യുന്നു. എല്ലായിടത്തും കയറിയിറങ്ങാനൊന്നും സാധിച്ചിട്ടില്ല. നേരത്തെ സൂചിപ്പിച്ചപോലെ ആയിരംവർഷത്തിലേറെ ഈ ഭൂമി കണ്ട ഇടങ്ങളെക്കുറിച്ചുമാത്രമാണ് ഈ കുറിപ്പ്. ഇവിടെ എഴുതിയതിനേക്കാൾ കാഴ്ചകളും സത്യങ്ങളും ഒളിപ്പിച്ചാണ് ഓരോ മൊണാസ്ട്രികളുടെയും നില്പ്. കാഴ്ചയുടെ രാഷ്ട്രീയം ഓരോരുത്തരിലും ഓരോ തരത്തിലാണല്ലോ. ഒത്തിരിവട്ടം കണ്ടാലും പിന്നെയും കുറേ ബാക്കിനില്ക്കുന്നുവെന്ന തോന്നലാണ് ഇപ്പോഴും. ഈ കുറിപ്പ് ആ കാഴ്ചകളിലേക്കുള്ള ജനാല മാത്രമാകട്ടെ. വാതിൽ ഇപ്പോഴും അടഞ്ഞുതന്നെ കിടക്കുന്നു.

ഈ യാത്രകളിൽ ഞാൻ കണ്ട ബുദ്ധൻ, ഉല്ലാസബുദ്ധൻ. ഇരുട്ടും വെളിച്ചവും നിറങ്ങളും മണിയൊച്ചയും മർമ്മരവും സംഗീതവും കാറ്റും കവിതയും മണവും രതിയും കണ്ണീരുമൊക്കെ മന്ദഹാസത്തിലൊതുക്കിയ ഉല്ലാസബുദ്ധൻ.

താബു

സന്ധ്യയോടെയാണ് കാസ പട്ടണത്തിലെത്തിയത്. രണ്ടുദിവസം മലമടക്കുകളിലൂടെ കുലുങ്ങിത്തെറിച്ചുള്ള യാത്രയുടെ ക്ഷീണംകാരണം കിട്ടിയ ഹോട്ടലിൽ മുറിയെടുത്ത് ഒരു ചൂടുവെള്ളക്കുളിയും നടത്തി കിടക്കയിലേക്ക് വീണു. നാളെ രാവിലെ വീണ്ടും യാത്ര തുടങ്ങേണ്ടതാണ്. ഏതു സഞ്ചാരിക്കും ഹിമാചൽ സ്വപ്നഭൂമിയാണ്. ഒരിക്കലും പ്രതീക്ഷിക്കാത്ത അത്ഭുതങ്ങൾ പെട്ടെന്ന് മുന്നിൽ വന്നുപെടാം. ചിലപ്പോൾ പുറത്തിറങ്ങാനാകാതെ ഏതെങ്കിലും താവളത്തിൽ പെട്ടുപോയേക്കാം. എങ്കിലും യാത്ര അതിന്റെ എല്ലാ ആസ്വാദ്യവുമായി സഞ്ചാരിയെ കീഴടക്കും. പ്രത്യേകിച്ചും പ്രാർത്ഥനാചക്രങ്ങൾ തിരിയുന്ന, മന്ത്രം മണക്കുന്ന ലഹോൾ-സ്പിത്തി താഴ്‌വരകൾ. ലഹോൾ-സ്പിത്തി ജില്ലയുടെ ആസ്ഥാനമാണ് കാസ.

മണാലിയിൽനിന്ന് ഗുലാബ, മഢി തുടങ്ങിയ ഹിമാലയൻ ഗ്രാമങ്ങൾ കടന്ന് ലോകവിസ്മയമായ റോത്തങ്‌പാസ് കയറിയിറങ്ങി ഗ്രാംഫുവിലെ കുളിർകാറ്റിൽ, ലോസാറിലെ വയലുകൾക്കുനടുവിൽ, ലഹോളിലെ മലമടക്കുകളിലൂടെ വാഹനമോടിച്ചാണ് സ്പിത്തിയിലെത്തിയത്. ഇതിനിടെ ചന്ദ്രാനദി പിറക്കുന്ന ചന്ദ്രതാളും മഞ്ഞും മണ്ണും കവിതകുറിക്കുന്ന കുൻസുംപാസുമെല്ലാം ഞങ്ങൾ പിന്നിട്ടു. ഇനിയുള്ളത് തിബറ്റിലൊട്ടിനില്ക്കുന്ന ബുദ്ധഗയകളാണ്. ഗൗതമബുദ്ധന്റെ സ്വത്വവും സ്വപ്നവുമെല്ലാം സങ്കീർത്തനപ്രഭയോടെ തപസ്സിരിക്കുന്ന മലമടക്കുകളിലേക്ക്. ബുദ്ധനും ബുദ്ധിസവുമെല്ലാം സങ്കീർണ്ണമായ സമസ്യകളാണ്. അതിനെ ദൂരെനിന്ന് കാണാനുള്ള ത്രാണിപോലും അല്പജ്ഞാനിയായ ഈയുള്ളവനില്ല. ഒരു സഞ്ചാര തൃഷ്ണ, അല്ലെങ്കിൽ വൈകാരികമായ അഭിനിവേശം, ഇതൊക്കെയാവണം താബു മൊണാസ്ട്രിയിലേക്ക് എന്നെയും സുഹൃത്തുക്കളെയും നയിച്ചുകൊണ്ടുപോകുന്നത്.

താബു മൊണാസ്ട്രിയുടെ പുറംകാഴ്ച

ഇന്ത്യൻ ഹിമാലയ പ്രവിശ്യയിൽ ഒരു സഹസ്രാബ്ദത്തിലേറെ ഇടതടവില്ലാതെ പ്രവർത്തിച്ചതാണ് താബു ബുദ്ധ വിഹാരം. പൗരാണിക ബുദ്ധ ചരിത്രത്തിൽ ക്രിസ്തുവർഷം 996 ൽ ബോധിസത്വൻ എന്നറിയപ്പെട്ട ബുദ്ധിസ്റ്റ് രാജാ (റോയൽ പ്രീസ്റ്റ്) വ് യെഷേ ഓദ് ആണ് താബു ബുദ്ധ വിഹാരത്തിന്റെ സ്ഥാപകൻ. 46 വർഷത്തിനുശേഷം അദ്ദേഹത്തിന്റെ പിൻഗാമി ബ്യാങ്ചുബ് ഓദ് ഇത് പുതുക്കിപ്പണിതു. പടിഞ്ഞാറൻ തിബത്തിലെ തോളിങ് മൊണാസ്ട്രിയുടെ സഹോദര സ്ഥാപനമായിട്ടാണ് പുതുക്കിപ്പണിതത്. എന്നാൽ ലഭ്യമായ മറ്റുചില രേഖകൾ അനുസരിച്ച് പടിഞ്ഞാറൻ ഹിമാലയത്തിലെ ഗൂജ് ഭരണാധികാരിയായ മഹാറുറാംഭദ്രയെന്ന റിൻചൻ സാങ്പോയാണ് ഇതിന്റെ സ്ഥാപകൻ. പില്ക്കാലത്ത് റിൻചൻ സാങ്പോയുടെ നിയന്ത്രണത്തിൽ സംസ്കൃത ബുദ്ധപഠനങ്ങൾ മിക്കതും തിബത്തൻ ഭാഷയിലേക്ക് മാറ്റി. അതുകൊണ്ടുതന്നെ റിൻചൻ സാങ്പോയെ വിവർത്തകൻ എന്ന പേരിലാണ് അറിയുന്നത്.

തിബത്തൻ ചരിത്രത്തിൽ ഇന്ത്യൻ മഹായാന ബുദ്ധിസത്തിന്റെ രണ്ടാം തിരിച്ചുവരവിന്റെ കാലം കൂടിയായിരുന്നു അത്. താബു മൊണാസ്ട്രിയുടെ പുനർനിർമ്മാണത്തിലൂടെ പതിനൊന്നാം നൂറ്റാണ്ടിലെ സാമൂഹ്യ രാഷ്ട്രീയ സാമ്പത്തിക മേഖലയിൽ നിർണ്ണായക സ്വാധീനം ചെലുത്താനും മഹായാന ബുദ്ധിസത്തിനായി. താബുവിലെ ചുവരുകളിൽ

നിറഞ്ഞുനില്ക്കുന്ന ചിത്രങ്ങൾ അതിന്റെ തെളിവാണ്. ഒരുപാട് അഗ്നി പരീക്ഷണങ്ങളെ നേരിട്ടതാണ് താബു. 1975 ലെ കിനൗർ ഭൂകമ്പത്തോടെ ഏതാണ്ട് പൂർണ്ണമായും തകർന്ന ബുദ്ധവിഹാരം പതിനാലാമത് ദലൈലാമയാണ് പുനരുദ്ധരിക്കാൻ നേതൃത്വം നല്കിയത്. 1983 ൽ കാലചക്ര ക്ഷേത്രത്തിന്റെ നിർമ്മാണ നിർവ്വഹണം നടത്തിയത് അദ്ദേഹമാണ്. 1996 ൽ ശതാബ്ദിയാഘോഷങ്ങളുടെ മുഖ്യകാർമ്മികനും അദ്ദേഹമായിരുന്നു. ഇപ്പോൾ ദേശീയ പുരാവസ്തു സംരക്ഷണ വകുപ്പിന്റെ നിയന്ത്രണത്തിലാണ് മൊണാസ്ട്രി.

പുലർച്ചെ പുറപ്പെടാൻ ഒരുങ്ങിയെങ്കിലും വഴിയാകെ കോടമഞ്ഞിറങ്ങിക്കിടക്കുന്നതിനാൽ നന്നായി വെളുത്തശേഷമാണ് യാത്രതുടങ്ങിയത്. രംഗ്രിക് എന്ന ഗ്രാമംകടന്ന് ഞങ്ങളുടെ വാഹനം മുന്നോട്ടോടി. തലേന്ന് കാസയിലേക്ക് പോയത് ഇതുവഴിയായതിനാൽ വെറുതെ കുന്നുകളെയും നോക്കിയിരുന്നു. ഓരോ കുന്നിന്റെയും ആകൃതിയും നിറവും നില്പുമെല്ലാം വ്യത്യസ്തമാണ്. ലിംഗ്ടിൽ ഗ്രാമത്തിലെത്തുംമുമ്പുള്ള കുന്നുകൾ ഇപ്പോഴും മനസ്സിൽനിന്ന് മായുന്നില്ല. സന്ന്യാസിക്കുന്നുകളെന്ന് വെറുതെ പേരിട്ടെങ്കിലും അത് സത്യമായിരുന്നു. കാഴ്ചയിൽ തവിട്ട് നിറത്തിലുള്ള വസ്ത്രംധരിച്ച് നേർത്ത ഇരുട്ടിൽ മുഖംകുനിച്ച് പ്രാർത്ഥിക്കുന്ന സന്ന്യാസിമാരെപ്പോലെ. തൊട്ടടുത്തുതന്നെയാണ് പിന്നിലെ കുന്നുകളെ മറയ്ക്കുന്ന മണ്ണടരുകൾ. അവിടവിടായി ആരോ കൊത്തി

താബുവിന്റെ പ്രവേശന കവാടം

താബുവിലെ കാലചക്ര സ്തംഭം

ക്കുഴിച്ചെടുത്തപോലെയാണ് അവയുടെ നില്പ്. മഞ്ഞുകാലങ്ങളിൽ ബുദ്ധാശ്രമങ്ങളിൽനിന്നിറങ്ങിവരുന്ന ഭിക്ഷുക്കൾ ഇത്തരം കുന്നുകളിൽ ഭജനമിരിക്കാറുണ്ടത്രേ. അത്ര വിശാലമാണ് കുന്നുകൾക്കിടയിലെ മൺ പൊത്തുകൾ. നമ്മുടെ തമിഴ്നാടൻ ഉൾഗ്രാമംപോലെ മണ്ണുമൂടിയതാണ് ലിംഗ്ടിൽ. ചില വീടുകൾക്കുമീതെ ചെറിയ വൃക്ഷങ്ങൾ വീശിനില്ക്കുന്നു. സ്പിത്തി നദിയോട് ചേർന്ന പാത ദുർഘടമേറിയതാണ്. വാഹനം ശ്രദ്ധിച്ചോടിച്ചില്ലെങ്കിൽ അപകടം ഉറപ്പ്. പൊഴിയുന്ന കുന്നാണ്. ചെറിയകാറ്റിൽപോലും മണ്ണിനൊപ്പം വ്യാപിക്കുന്ന ധൂളി നിറഞ്ഞയിടം.

സ്പിത്തി നദിയുടെ ഒരു കൈവഴിക്കുകുറുകെയാണ് താബു പാലം. 2008 ൽ നിർമ്മിച്ചതാണ്. കൂറ്റൻ ഉരുക്കുപാളങ്ങൾക്കുമീതെ കോൺക്രീറ്റ് ഉറപ്പിച്ചിട്ടുണ്ട്. വാഹനം അതിനുമീതെ കടന്നുപോവുമ്പോൾ ഉണ്ടായ കുലുക്കം ചെറുതായി ഭയപ്പെടുത്താതിരുന്നില്ല. എതാണ്ട് രണ്ടുമണിക്കൂറോളം വാഹനമോടിച്ച് ഞങ്ങളെത്തുകയാണ് താബുവിൽ. മഞ്ഞിൽ കുഴഞ്ഞ് വിമ്മിഷ്ടമുണ്ടാക്കുന്ന പൊടിയായിരുന്നു യാത്രയിൽ ആകെയുണ്ടായ വില്ലൻ. വെറും പതിനായിരത്തോളംപേർ മാത്രമുള്ള വില്ലേജാണ് താബു. ഭൂമിശാസ്ത്രപരമായി സ്പിത്തി നദിയുടെ ഇടത്തേക്കര. കിഴക്ക് തിബത്തും കിനൗരും. പടിഞ്ഞാറ് ലഹോളും വടക്ക് ലഡാക്കും തെക്കു കിഴക്കായി കുളുവും.

ഒരു ആഘോഷഗ്രാമത്തിന്റെ പ്രതീതി. വഴിക്കിരുവശവും നിറമുള്ള

തോരണങ്ങളുടെ അലങ്കാരമുണ്ട്. ധാബ പോലെ തോന്നിയ ചെറിയയിടത്ത് പ്രാർത്ഥനാചക്രം കറങ്ങുന്നു. ഉണക്കമ്പുകളുംമറ്റും നിരത്തിയൊരുക്കിയ വീടുകളുടെ മേല്പുരകളിൽ ആധുനിക സൗകര്യങ്ങളുടെ അടയാളങ്ങളായ ഡിഷ് ആന്റിനയും കൂറ്റൻ വാട്ടർ ടാങ്കുകളും മൊബൈൽ ടവറുകളുമെല്ലാമുണ്ട്. ഇരുവശവും പൈൻമരങ്ങൾ പൊടിപുതച്ച് കിടക്കുന്ന വഴി. ഒരു ടൂറിസ്റ്റ്കേന്ദ്രത്തിന്റെ ചെറിയ ലക്ഷണമെല്ലാമുള്ള പ്രദേശം. ഹോം സ്റ്റേയും ട്രെക്കിങ് സൗകര്യവുമൊക്കെയുണ്ടെന്ന് രേഖപ്പെടുത്തിയ ചില വീടുകൾ റോഡരികിൽതന്നെയുണ്ട്. ഇതാ മുന്നിൽ കൂറ്റൻ കമാനം വരവേല്ക്കുന്നു. കാലചക്രത്തിനരികിൽ ആകാശത്തേക്ക് മുഖമുയർത്തിനില്ക്കുന്ന മാൻകുട്ടികളുടെ ശില്പം ഉറപ്പിച്ച മഞ്ഞ കവാടം. താബു ഗ്രാമപഞ്ചായത്തിന്റെ സ്വാഗതകമാനമാണിത്. ഹിന്ദി കൂടാതെ തിബത്തൻ ഭാഷയിലും എന്തോ എഴുതിവച്ചിട്ടുണ്ട്. അതിന്റെ തൂണുകളിൽ പൂക്കളും പർവ്വതങ്ങളും ബുദ്ധനുമൊക്കെ നിറഞ്ഞുനില്ക്കുന്നു. കവാടം കടക്കുമ്പോൾ വഴി രണ്ടായി തിരിയുന്നു. ഒന്ന് ഞങ്ങൾ ആഗ്രഹിച്ചെത്തുന്ന താബു മൊണാസ്ട്രിയിലേക്ക്. മറ്റൊന്ന് വെറും മുപ്പത് കിലോമീറ്റർ അകലെയുള്ള സുംദോ ഗ്രാമത്തിലേക്ക്. അതിനപ്പുറം തിബത്തായി.

മലകളിലേക്കുള്ള കവാടംപോലെയാണ് താബുവിലേതും. ചുറ്റിലും ആകാശംമുട്ടുന്ന കുന്നുകൾ. സപ്പോട്ടയും ഓറഞ്ചുചെടികളും നില്ക്കുന്ന വേലിക്കരികിലൂടെ ഉള്ളിലേക്ക് നടന്നു. ആദ്യം കണ്ണിൽപെട്ടത് മൊണാസ്ട്രിക്കുമുന്നിലെ കൂറ്റൻ സ്തംഭമാണ്. കാലചക്ര സ്തംഭമെന്ന് വിളി

പുതിയ മൊണാസ്ട്രിയുടെ നിർമ്മാണജോലികളിൽ മുഴുകിയവർ

പ്പേര്. 2009 ൽ 14-ാം ദലൈലാമയാണ് ഇതിന്റെ ഉദ്ഘാടനം നിർവ്വഹിച്ചത്. പതിനഞ്ച് പ്രാർത്ഥനാ ചക്രങ്ങൾ ഉറപ്പിച്ച അടിത്തറയാണ് താബുവിന്റെ ഈ അടയാളസ്തംഭം. അതിനുമീതെ പച്ച പശ്ചാത്തലത്തിൽ സ്വർണ്ണവർണ്ണത്തിൽ വിവിധരൂപങ്ങൾ കൊത്തിവച്ചിട്ടുണ്ട്. അതിനുചേർന്ന് പ്രാർത്ഥനാ ചക്രങ്ങൾ. പിന്നെ കൂർത്ത് മുകളിലേക്ക് പോവുന്ന നാല് പടിക്കെട്ട്. മീതെ കുംഭാകൃതിയിൽ ഗോപുരം. ഏറ്റവും മുകളിൽ കൂർത്ത ചുറ്റുവലയങ്ങൾ. കുന്നിനുമുകളിൽ ചാർത്തിയ നെക്‌ലേസ് പോലെയാണ് ചുറ്റുവലയങ്ങൾ ദൂരെക്കാഴ്ചയിൽ.

മൊണാസ്ട്രിയുടെ കവാടത്തിനുമുന്നിലെത്തുമ്പോൾ കാലം കഥപറയാനൊരുങ്ങുന്നു. തിബത്തിലെ പുറാങ്-ഗൂജ് രാജവംശം ലഡാക്കിൽനിന്ന് മസ്താങ്‌വരെ തങ്ങളുടെ സാമ്രാജ്യം വികസിപ്പിക്കുന്ന കാലമായിരുന്നു. പത്താം നൂറ്റാണ്ടിൽ പടിഞ്ഞാറൻ തിബത്തൻ മലകൾ കടന്നെത്തിയ അവർ ലഡാക്ക് താവളമാക്കി. ചൈനയുമായുള്ള വ്യാപാര സാദ്ധ്യതകൾ തിബത്തിലൂടെ വികസിക്കുന്ന കാലംകൂടിയായിരുന്നു അത്. വ്യാപാരത്തിനൊപ്പം കലയും സംഗീതവും സാഹിത്യവുമെല്ലാം ഇതേ വഴികളിലൂടെ വ്യാപനംചെയ്യപ്പെട്ടു. താബു അതിന്റെയെല്ലാം ആസ്ഥാനമായി. പതിനൊന്നാംനൂറ്റാണ്ടോടെ സർവ്വകലാശാലാ തലത്തിലേക്ക് താബു ഉയർന്നു. ഭോജ് വൃക്ഷത്താളുകളിൽ കുറിക്കപ്പെട്ടത് ബുദ്ധപർവ്വത്തിന്റെ കരുതലും കാതലുമായിരുന്നു. അന്നുമുതൽ താബു

താബുവിന്റെ പ്രധാന പ്രവേശന കവാടം

കാലം പൂകിയ ലാമമാരുടെ സ്മൃതികുടീരങ്ങൾ

ബുദ്ധവിഹാരം വളരുകയായിരുന്നു.

താഴ്വരകളിൽ ഞങ്ങളെ തഴുകിയ കാറ്റ് ഇപ്പോഴുമുണ്ട്, എന്നാൽ പഴയ തണുപ്പില്ല. മൊണാസ്ട്രിയോട് ചേർന്ന് പുറത്ത് പുതിയ മന്ദിരത്തിന്റെ നിർമ്മാണം തുടങ്ങിയിട്ടുണ്ട്. അതിലേക്ക് കരിങ്കല്ലുകൾ കൊത്തിയെടുക്കുകയാണ് പണിക്കാർ. പഠനത്തിനും പരിശീലനത്തിനുമെത്തുന്നവർക്ക് താമസിക്കാനുള്ള മന്ദിരമാണ് നിർമ്മിക്കുന്നത്. ചുവന്ന വസ്ത്രം ധരിച്ച ലാമമാർ ഉലാത്തുന്നു. വലതുവശത്താണ് മില്ലേനിയം മൊണാസ്റ്റിക് ഗസ്റ്റ്ഹൗസ്. ഇവിടെ വിശാലമായ ഗ്രന്ഥപ്പുരയും മ്യൂസിയവുമൊക്കെയുണ്ട്. 1994 ആഗസ്ത് 17 ന് ഹിമാചൽ മുഖ്യമന്ത്രി വീർഭദ്രസിങ്ങാണ് തറക്കല്ലിട്ടത്. പരമ്പരാഗത രീതിയിലാണ് അതും നിർമ്മിച്ചിട്ടുള്ളത്.

മണ്ണുകൊണ്ടാണ് ബുദ്ധവിഹാരത്തിന്റെ കവാടം. ഇളം പിങ്കുനിറത്തിലുള്ള മൺചുവര് ചായം തേച്ചതല്ല. കവാടത്തിലെ തടിയിൽ കൊത്തുപണിചെയ്തിട്ടുണ്ട്. അത് എന്തെന്ന് വ്യക്തമല്ലെങ്കിലും പൗരാണികമാണ്. കവാടത്തിന്റെ ഇടത്ത് നാലും വലത്ത് അഞ്ചും പ്രാർത്ഥനാ ചക്രങ്ങൾ. താബു മൊണാസ്ട്രിയെന്ന് കൊത്തിയ കരിങ്കൽപ്പാളിയും ചെറിയൊരു ബോർഡുമുണ്ട്. അതിൽ 999 ൽ സ്ഥാപിച്ചതാണെന്ന് രേഖപ്പെടുത്തിയിരിക്കുന്നു. കവാടത്തിന് പുറത്ത് ഇടതുവശത്ത് ക്ഷേത്രാകൃതിയിൽ ചെറിയൊരു സ്തൂപം. അതിനടുത്തുകാണുന്ന മന്ദിരം തൊട്ടടുത്ത കുന്നിലാണ് മുട്ടിനില്ക്കുന്നത്. സന്ദർശകർക്ക് അവിടേക്ക് പ്രവേശനമില്ല. പുറമേനിന്ന്

കാലം പൂകിയ ലാമമാരുടെ സ്മൃതികുടീരങ്ങൾ

നോക്കിയാൽ കുന്ന് തുരന്ന് നിർമ്മിച്ച കെട്ടിടംപോലെ തോന്നും. ആധുനിക കാലത്തിന്റെ അടയാളമെന്നോണം സൗരോർജ്ജ വിളക്കുകാലുകൾ അവിടവിടെ കഴുത്തുകുനിച്ച് നില്പുണ്ട്. കവാടത്തിനുമേലേ കൂറ്റൻ ഓട്ടുമണി തൂക്കിയിട്ടിരിക്കുന്നു. ശക്തമായ കാറ്റിൽ അതിന്റെ മുഴക്കം താഴ്‌വരയിലേക്ക് വ്യാപിക്കുന്നു. ചില ശബ്ദങ്ങൾ അങ്ങനെയാണ്. നമ്മളെ പിടിച്ചു നിർത്തിക്കളയും. ആ മണിമുഴക്കിയെത്തുന്ന കാറ്റ് എന്തൊക്കെയാവും പാടുന്നത്? എന്തായാലും ബുദ്ധം ശരണം ഗഛാമി അതിന് പാടാതിരിക്കാനാവില്ല. പിന്നെ? ചിന്തകൾ കാടുകയറുന്നു.

ചുവന്ന മേൽമുണ്ട് ചുറ്റിയ ബുദ്ധക്കുട്ടികൾ (ഭാവി ബുദ്ധന്മാർ) അവരുടെ പ്രഭാത പഠനം കഴിഞ്ഞ് മുന്നിലൂടെ നടന്നുനീങ്ങുന്നു. ചെറിയ തണുപ്പിൽ നിശ്ശബ്ദമായ താഴ്‌വരയിൽ വെറുതെ അകലെക്കുന്നുകളിൽ നോക്കിനില്ക്കുമ്പോൾ ഈ കുട്ടികളുടെ കാഴ്ച ഗ്രീഷ്യാ ലോർകയിലേക്ക് നീളുന്നു.

It's filled with light, is
my heart of silk, and
with bells that are lost,
with bees and with lilies,
and I will go far off,
behind those hills there,

close to the starlight,
to ask of the Christ there
Lord, to return me
my child's soul, ancient,
ripened with legends,
with a cap of feathers,
and a sword of wood

കവാടത്തിനകത്ത് വിശാലമായ നടുമുറ്റം. ചുറ്റും ചെറിയ ചെടികളും പൂക്കളും. യഥാർത്ഥത്തിൽ നടുമുറ്റത്തിന് ചുറ്റുമാണ് മൊണാസ്ട്രി. ക്ഷേത്രംപോലെ മൺഗോപുരങ്ങൾ അവിടവിടെയുണ്ട്. ഇവയോരോന്നും കാലം പൂകിയ ലാമമാരുടെ സ്മൃതികുടീരങ്ങളാണ്. ചിലേടത്ത് പുതിയ മൺഗോപുരങ്ങൾ നിർമ്മാണദശയിലാണ്. സമീപം മണ്ണും തടിയും ചെറിയ കല്ലുകളും കൂട്ടിയിട്ടിരിക്കുന്നു. ചില മൺചുവരുകൾക്കുമീതെ കൂമ്പാരമാക്കി ഉരുളൻ കല്ലുകൾ വാരിയിട്ടിട്ടുണ്ട്. അത് വരുംകാലത്തേക്കുള്ള കരുതലാവണം. എല്ലാ മൺചുവരുകൾക്കും ഒരേ നിറമാണ്. അത് അവിടത്തെ എക്കൽ മണ്ണിന്റെ ചുവപ്പുകലർന്ന മഞ്ഞയാണ്. സമീപ ചുവരുകളിൽ പൗരാണിക മൊണാസ്ട്രിയുടേതെന്ന് തോന്നിപ്പിക്കുന്ന ജനാലകൾ ഉറപ്പിച്ചിട്ടുണ്ട്. സത്യത്തിൽ അവ മൊണാസ്ട്രി ചുവരുകളല്ല,

മൊണാസ്ട്രിക്ക് ഉൾവശം

മൊണാസ്ട്രിക്കുള്ളിൽ പ്രധാന പ്രാർത്ഥനാലയത്തിലേക്കുള്ള വഴി

മറിച്ച് ഉള്ളിലുള്ള സ്മൃതിമണ്ഡപങ്ങളുടെ സുരക്ഷിതച്ചുവരുകൾ മാത്രമാണ്. ഇവയ്ക്കെല്ലാം ഇടയിലൂടെ കല്ലുപാകിയ നടവഴിയുണ്ട്. ഞങ്ങൾ ആ കല്പടവുകളിൽ ഓരോ ചുവടുവയ്ക്കുമ്പോഴും അതിൽ പറ്റിപ്പിടിച്ച ധൂളി കാറ്റിനൊപ്പം അലിയാൻ കാത്തുനിന്നപോലെ മുകളിലേക്ക് ഉയർന്നു. ഒരുതരത്തിൽ ശ്വാസംമുട്ടിക്കുന്ന പൊടിയാണത്. പൂർത്തിയാകാത്ത ചുവരുകൾക്കു മദ്ധ്യേയുള്ള തുറസ്സായ സ്ഥലങ്ങൾ തുറക്കുന്നത് ആകാശത്തോളമുയർന്ന കുന്നുകളുടെ കാഴചയുമായാണ്. പലതും താക്കോലിടയിലെ കാഴ്ചകൾ പോലെ. ഒരിടത്ത് പണിക്കാരിലൊരാൾ ആ ഭിത്തികൾക്ക് ചായം തേയ്ക്കാനുള്ള തയ്യാറെടുപ്പിലാണ്. ഭിത്തിയോട് ചേർന്ന് ചാരമൊക്കെ കെട്ടിവച്ചിട്ടുണ്ട്. കടുത്ത റോസ്നിറത്തിലുള്ള പെയിന്റാണ് ഭിത്തികളിൽ തേയ്ക്കുന്നത്. കാര്യങ്ങൾ കൂടുതൽ തിരക്കിയപ്പോഴാണ് കലക്കിവച്ചിരിക്കുന്നത് പെയിന്റല്ലെന്നും അവിടെത്തന്നെ കുന്നിന് അടിവാരത്തുള്ള മണ്ണാണെന്നും വ്യക്തമായത്. അതാണ് പ്രകൃതിയുടെ അത്ഭുതം. മലയും അതിനോട് ചേരുന്ന ഭിത്തിയും ഒരേനിറമായതിനാൽ തിരിച്ചറിയാൻതന്നെ ബുദ്ധിമുട്ട്. മുമ്പ് ആംഗല സാഹിത്യം പഠിക്കുമ്പോൾ അനുഭൂതി നിറച്ച ഒരു കവിതയുണ്ട്, റോബർട്ട് ബ്രൗണിങ്ങിന്റെ *മൈ ലാസ്റ്റ് ഡച്ചസ്*. അതിൽ നായികയായ പ്രഭ്വിയുടെ ശരീരനിറത്തെക്കുറിച്ച് പാടുമ്പോൾ കവിക്ക് എല്ലാ നിയന്ത്രണങ്ങളും വിട്ടുപോവുന്നു.

or "Paint
Must never hope to reproduce the faint
Half-flush that dies along her throat":

ഈ ചുവരുകളും മലകളും തമ്മിൽ ചേരുന്ന നിറവും അങ്ങനെ തന്നെ. ഒരു ബ്രഷിനും പിടിതരാത്ത നിറം. ചില മതിലുകൾ തമ്മിൽ ബന്ധിപ്പിച്ചിട്ടുണ്ട്. അതിനുള്ളിൽ വിശാലമായ ഇടമുണ്ട്. ഒരുപക്ഷേ, ഇവിടത്തെ ഭിക്ഷുക്കൾക്ക് എല്ലാ മറന്നിരുന്ന് ധ്യാനിക്കാനുള്ള ഏകാന്തയിടമാവണമിത്. മതിലിനപ്പുറത്തുനിന്ന് വള്ളിച്ചെടികൾ ഉള്ളിലേക്ക് തലനീട്ടുന്നു. പുഷ്പിക്കാത്ത അവയുടെ ഇളം തളിരുകൾക്ക് പൂക്കളേക്കാൾ ചന്തം തോന്നിച്ചു.

മലകൾക്കുനടുവിലെ അജ്ഞാതലോകത്തേക്ക് കടക്കുകയാണ്. ഏതോ സങ്കീർത്തനങ്ങൾ കാറ്റിനൊപ്പം ഒഴുകിയെത്തി കുളിർപ്പിക്കുന്നു. മഞ്ഞും പൊടിയും ചേർന്ന തണുപ്പ് ചെറിയൊരു പാളിതീർത്ത് ഒപ്പം വരുന്നു. ഒറ്റനോട്ടത്തിൽ ഏതോ കോട്ടയ്ക്കുള്ളിൽ അകപ്പെട്ടപോലെ. ഇലയനങ്ങിയാൽ കേൾക്കുന്ന നിശ്ശബ്ദതയ്ക്ക് താളംമൂളി കാറ്റ് വീശിയടിക്കുന്നു. സമുദ്രനിരപ്പിൽനിന്നും 3050 മീറ്റർ ഉയരത്തിലാണ് ഞങ്ങളിപ്പോൾ. മൊണാസ്ട്രിയുടെ മേലേക്കുന്നുകളിൽ ഇപ്പോഴും സന്ന്യാസി

ബോധിസത്വ മൈത്രേയ ക്ഷേത്രം

കാലംപൂകിയ രണ്ട് പ്രധാന ലാമമാരുടെ ഓർമ്മയിടം

മാരുടെ ഗുഹകളുണ്ട്.

17 മുതൽ 19 വരെയുള്ള നൂറ്റാണ്ടുകളിൽ ബാഹ്യശക്തികളുടെ നിരന്തര കടന്നേറ്റങ്ങൾക്ക് താബു വിഹാരം സാക്ഷിയായി. 1837 ൽ താബുവിലെ മുഖ്യ പ്രാർത്ഥനാലയത്തിനുനേരേ ആക്രമണമുണ്ടായി. വിഹാരത്തിന്റെ ഭിത്തികളും ചുവർ ചിത്രങ്ങളും കുറേയേറെ തകർന്നു. ലഡാക്കിലെ രൺജീത് രാജാക്കന്മാരുടെ ആക്രമണത്തിൽ വിറച്ചുനിന്നു അക്കാലത്ത് ഇവിടം. നൂറ്റാണ്ട് കഴിഞ്ഞിട്ടും ആ വടുക്കൾക്ക് മാറ്റമൊന്നുമില്ല. അതാണ് ചരിത്രത്തിന്റെ സംരക്ഷണ കവചം. ഭൂതകാലമെന്തെന്ന് ഇവിടെ തിരയേണ്ടതില്ല. കാരണം മുന്നിൽനിന്ന് ചരിത്രം കഥപറയുമ്പോൾ എന്തിന് തിരയണം. 1846 മുതലുള്ള ബ്രിട്ടീഷ്ഭരണത്തിൽ ഇവിടെ സമാധാനത്തിന്റെ മന്ത്രങ്ങൾ ഒഴുകിനടന്നു. 1950 ൽ അതിർത്തി സംബന്ധമായ ചൈനയുടെ ഇടപെടലാണ് വീണ്ടും ഈ താഴ്വരയെ കുലുക്കിയത്.

സാൽമ എന്ന് തിബത്തൻ ഭാഷയിലെഴുതിയ ചിത്രക്ഷേത്രത്തിനു മുന്നിൽ ഇത്തിരിനേരം നിന്നു. മൊബൈൽഫോണും ക്യാമറയടക്കമുള്ള ഇലക്ട്രോണിക് ഉപകരണങ്ങളും ഉള്ളിലേക്ക് കൊണ്ടുപോകാനാവില്ല. നൂറ്റാണ്ടുകളുടെ സംരക്ഷണകവചമുള്ള അപൂർവ്വ പെയിന്റിങ്ങുകൾ ക്യാമറയിലാക്കണമെന്ന് മോഹമുണ്ടായിരുന്നു. ഹിമാലയൻ ബുദ്ധിസത്തിന്റെ പരിപാവനയിടം എന്ന നിലയിൽ യുനെസ്കോ ലോക പൈതൃ

കപ്പട്ടികയിലും ഇതിനെ ഉൾപ്പെടുത്തിയിട്ടുണ്ട്. അതൊക്കെകാരണം നിയന്ത്രണം കർക്കശമാണ്. കവാടത്തിനുമുന്നിലിരുന്ന യുവതിയുടെ കൈവശം പെഴ്സ് ഒഴികെയുള്ളതെല്ലാം ഏല്പിച്ച് ചിത്രക്ഷേത്രത്തിനുള്ളിലേക്ക് കടന്നു. ഞങ്ങളിപ്പോൾ ലുംബിനിയിലേക്കുള്ള ഘോഷയാത്രയിലാണ്. പുറമേനിന്ന് വെളിച്ചമില്ലാത്ത മന്ദിരത്തിനുള്ളിലെ സൗരവിളക്കിൽ നിറങ്ങൾ അത്രത്തോളം വ്യക്തമല്ല. ഐരാവതംപോലെ തോന്നിക്കുന്ന ആനകൾക്കുമീതെ ആഡംബര വിഭൂഷിതരായി രാജാവും പ്രഭുക്കന്മാരും എഴുന്നള്ളുന്നു. തൊട്ടടുത്ത് ബുദ്ധശിഷ്യരിൽ അഗ്രഗണ്യൻ ബോധിസത്വൻ. മഹായാന-ഹീനയാന ബുദ്ധിസത്തിന്റെ അന്തർദ്ധാരകളെന്നു പറയാവുന്ന ചുവർ ചിത്രങ്ങളാണ് ചുറ്റിലും. ഒന്നിനും വ്യക്തമായ അടിക്കുറിപ്പോ അത് വിവരിച്ചുതരാനുള്ള ആൾക്കാരോയില്ല. പൗരാണിക മൊണാസ്ട്രികൾ കാണാനിറങ്ങുംമുമ്പ് അതേക്കുറിച്ച് സാമാന്യ പഠനമെങ്കിലും നടത്താതെ വന്നതിന്റെ വിവരക്കേട് ബോദ്ധ്യപ്പെട്ടത് അപ്പോഴാണ്.

താബുവിൽ ഒൻപത് ക്ഷേത്രങ്ങളാണ് പ്രധാനം. കൂടാതെ നാല് സ്തൂപങ്ങളും ഗുഹാശ്രമങ്ങളും. പത്തും പതിനൊന്നും നൂറ്റാണ്ടുകളിലെ പെയിന്റിങ്ങുകളെല്ലാം പ്രധാന ക്ഷേത്രത്തിനുള്ളിലാണ്. 13 ഉം 14 ഉം നൂറ്റാണ്ടുകളിലെ ചിത്രങ്ങൾ സ്തൂപങ്ങളിലാണ്. ബാക്കിയുള്ളവ മറ്റ് ക്ഷേത്രങ്ങളിലും. ആരാധനാ മൂർത്തികളുടെ കാര്യത്തിൽ ബുദ്ധേതര

താബുവിലെ പഴയ മൊണാസ്ട്രി അറ്റകുറ്റപ്പണി നടത്തുന്നു

പാരമ്പര്യത്തിൽ അധിഷ്ഠിതമായ പലതും ഇതിനുള്ളിൽ കണ്ടെത്താനാകും. അത് അതത് കാലത്തിന്റെ ഇടപെടലുകളിൽ ഉണ്ടായതാകണം.

പ്രധാനക്ഷേത്രത്തിന്റെ മുന്നിലെത്തുമ്പോൾ ഒരു ഗൈഡ് ഒപ്പംചേർന്നത് ആശ്വാസമായി. നംഗിയൽ ലാമയെന്നാണ് പേര്. സന്ന്യാസിയല്ലെങ്കിലും താബുവിന്റെ ചരിത്രവും ചിത്രങ്ങളിലെ വിവരണവുമെല്ലാം വ്യക്തമായി അറിയാം. ഞങ്ങൾ കാൽവയ്ക്കുന്ന ഇടനാഴി ചരിത്രം തളം കെട്ടിയതാണ്. ലോകത്തിലെ ഏറ്റവും പൗരാണികമായ ബുദ്ധ ഗ്രന്ഥങ്ങളും ചുവർചിത്രങ്ങളും ഇതിനുള്ളിലെ മന്ദിരത്തിൽ നൂറ്റാണ്ടുകളായി പുറംലോകം കാണാതെ കഴിയുന്നു. നൂറുകണക്കിന് ഗവേഷകരുടെ വിയർപ്പുവീണിട്ടുണ്ട് ഈ അകത്തളങ്ങളിൽ. എത്രപഠിച്ചിട്ടും ബാക്കിനില്ക്കുന്ന സമസ്യയാണ് ഇവിടം. ഇടനാഴി പിന്നിടുമ്പോൾ മുന്നിൽ തുറക്കുന്നത് വിശാലമായ പ്രാർത്ഥനാമുറിയാണ്. യെഷേ ഓദിന്റെയും അദ്ദേഹത്തിന്റെ രണ്ട് പുത്രന്മാരായ നാഗരാജയുടെയും ദേവരാജയുടെയും ചിത്രങ്ങൾ ഇടത്തേ ചുവരിൽ ആലേഖനം ചെയ്തിട്ടുണ്ട്. വലത്തേച്ചുവരിൽ ആരാധനാദേവിയായ വൈ ന്യൂ മിനും സംഘവും. നവീകരണത്തിന്റെ ഭാഗമായി 19, 20 നൂറ്റാണ്ടുകളിൽ നടത്തിയ നിർമ്മാണ പ്രവർത്തനങ്ങൾ ഇവയുടെ ശോഭ കുറച്ചിട്ടുണ്ടെങ്കിലും പൗരാണികതയുടെ നിറവും ഒഴുക്കും തീരെ വാർന്നുപോയിട്ടില്ല. ബുദ്ധന്റെ യുക്തി തിരഞ്ഞു തീർത്ഥയാത്ര നടത്തിയ സുധനന്റെ ചിത്രമാണ് തൊട്ടടുത്ത്. 1042 ലേതെന്ന് അടിക്കുറിപ്പെഴുതിയ ഒരു സംഘചിത്രത്തിന്റെ മുന്നിലാണ് ഞങ്ങളിപ്പോൾ. ബ്യാങ് ചുബ് ഓദ് എന്ന ബുദ്ധശിഷ്യനുചുറ്റും കൂടിയി

താബുവിലെ പഴയ മൊണാസ്ട്രിക്കുമുന്നിൽ കെ ആർ അജയൻ

താബുവിലെ വജ്രദത്തുമണ്ഡലം

രിക്കുന്ന സന്ന്യാസിപ്പട. 'മഹത്തായ തപോസംഘ'മെന്നാണ് ഇതിനെ വിശേഷിപ്പിക്കുന്നത്.

തൊട്ടടുത്താണ് പുതിയ പ്രാർത്ഥനാലയവും സുവർണ്ണക്ഷേത്രവും. അടുത്ത ഇടനാഴി പിന്നിടുമ്പോൾ തന്നെ ഗൈഡ് പറഞ്ഞു, 'ഇത് വജ്ര ദത്തു മണ്ഡലം.' ഏകപത്മത്തിലിരിക്കുന്ന വൈരോചന വജ്രദത്തുവിന്റെ ജീവൻ തുടിക്കുന്ന രൂപമാണ് മുന്നിൽ. 110 സെന്റിമീറ്റർ ഉയരമുള്ള ശില്പം പ്രാർത്ഥനാ മണ്ഡപത്തിന്റെ പിൻചുവരിലാണ്. തൊട്ടടുത്തുതന്നെ 32 ശില്പങ്ങൾകൂടിയുണ്ട്. കാലാകാലങ്ങളിൽ പൂജിതരായിരുന്ന മൂർത്തി കളുടേതാണ് അവയോരോന്നും. 15 ഉം 16 ഉം നൂറ്റാണ്ടുകൾക്കുള്ളിൽ രചിച്ചതാണിവ. ചുവരിൽ തൂക്കിയിട്ടിരിക്കുന്ന മരക്കഷണങ്ങളിലും സമീ പത്തെ കൊത്തുപണികളിലുമെല്ലാം സൂക്തങ്ങൾ പുഞ്ചിരിക്കുന്നു. ബോധിസത്വ വജ്രാധരന്റെ കറുത്തിരുണ്ട രൂപം ചുവന്ന പശ്ചാത്തലത്തി ലുണ്ട്. തിബത്തൻ ചിത്രകലാ സങ്കേതത്തെ ഇന്ത്യൻ ചുവർചിത്ര കലയു മായി കൂട്ടിയോജിപ്പിച്ച ആലേഖമെന്ന് വ്യക്തം. പ്രാർത്ഥനാലയത്തിലെ ഇരുട്ടിൽ ഇടഞ്ഞേച്ചുവര് ചേർന്ന് ഞങ്ങൾ നടന്നു. അക്ഷോഭ്യ, രത്ന സംഭവ, അമിതാഭ, അമോഘസിദ്ധ ഇങ്ങനെ നാലുഘട്ടങ്ങളായാണ് ചിത്രീകരണം. തുടക്കത്തിൽ സുധനൻ മഞ്ജുശ്രീയെ കണ്ടുമുട്ടുന്ന ചിത്രത്തിനുമീതെ സൗരവെളിച്ചമുണ്ട്. കണ്ണഞ്ചിപ്പിക്കുന്ന നിറമാണ് ഓരോ രൂപത്തിനും. അതുകഴിഞ്ഞാൽ സുധനന്റെ തീർത്ഥാടനം, സ്യമന്ദ്ര ഭദ്രന്റെ സവിധത്തിലെത്തുന്ന സുധനൻ, സ്വർഗ്ഗത്തിലെത്തിയ ശാക്യമു

നി, വലത്തേച്ചുവരിൽ ബുദ്ധന്റെ ജീവിതം, ശാക്യമുനിയുടെ പരിനിർവ്വാണം.... ഇങ്ങനെയാണ് ചിത്രങ്ങളുടെ വിന്യാസം. പിന്നിൽനിന്ന് മദ്ധ്യഭാഗത്താണ് മഹാ വൈരോചന ശില്പം. വളരെ വലുപ്പമുള്ള നാല് ശില്പങ്ങളുടെ സമുച്ചയമാണിത്. അതിനുമീതെ കീർത്തിമുഖമെന്ന മനുഷ്യ-മൃഗരൂപം. ബുദ്ധാവതാരത്തിന്റെ വ്യാഖ്യാനശില്പമെന്ന് കേൾവികേട്ടതാണിത്. കൈമുദ്രകളിലെയും ഭാവഹാവാദികളിലെയും വ്യത്യാസം സങ്കീർണ്ണമായ പഠന വിഷയമാണ് എല്ലാ കാലത്തും.

അടുത്ത ഇടനാഴി കടന്നെത്തുമ്പോൾ ചെറിയൊരു മുറി. ഗീത, വജ്രധർമ്മ, വജ്രതീക്ഷ്ണ എന്നിവരുടെ ശില്പങ്ങളാണ് ചുവരിൽ. മേല്പുരയോട് ചേർന്ന് ശാന്തരൂപിയായ ബുദ്ധനും. ലുംബിനിയിൽനിന്ന് ബോധിവൃക്ഷംവരെയുള്ള ബുദ്ധന്റെ യാത്രയുടെ ചിത്രീകരണം തൊട്ടുതാഴെ. ചുവർ ചിത്രങ്ങൾ കുറേയേറെ പൊട്ടിപ്പൊളിഞ്ഞിട്ടുണ്ട്. തൊട്ടടുത്തുതന്നെയാണ് വജ്രഹാസയുടെ ശില്പം. എണ്ണിയാലൊടുങ്ങാത്ത ചിത്രങ്ങളാണ് ചുറ്റിലും. ഇതിനിടെ ബുദ്ധനും രണ്ട് ബോധിസത്വന്മാരും വേറിട്ടുനില്ക്കുന്നു.

അടുത്തത് കനത്ത ഇരുട്ടുനിറഞ്ഞ ഗുഹപോലുള്ള മന്ദിരം. മുകളിൽ ചെറിയ പ്രകാശധാരയുണ്ട്. മിസ്റ്റിക് കഥകളിലെ ഇരുട്ടുമുറി പോലെ. ചിത്രങ്ങൾക്കും ശില്പങ്ങൾക്കുമെല്ലാം പ്രത്യേക നിറം.

താബുവിലെ പഴയ മൊണാസ്ട്രിക്കുമുന്നിൽ രവിവർമ്മ, പത്മകുമാർ, നംഗിയൽ ലാമ, നന്ദകുമാർ എന്നിവർ

താബു മൊണാസ്ട്രിയുടെ പരിപാലകർ

ബുദ്ധിസ്റ്റ്, ഹിന്ദു-ബുദ്ധിസ്റ്റ് ദൈവങ്ങളാണ് ചുവരിലാകെ. തുടക്കത്തിൽ തന്നെ ഉരുണ്ട കണ്ണുകളുള്ള സംരക്ഷകന്റെ രൂപമാണ് മുന്നിൽപ്പെടുക. സംരക്ഷണ ജോലികൾ ഏതാണ്ട് പൂർത്തിയാക്കിയെങ്കിലും പൂർണ്ണതോതിൽ വീണ്ടെടുക്കാനാകാത്ത ചിത്രങ്ങളാണ് മിക്കതും. ഇരുണ്ട ചുവന്ന വെളിച്ചത്തിൽ നമുക്ക് അവയൊക്കെ കാണാമെന്നുമാത്രം. താഴെയുള്ള ചുവരെഴുത്തുകൾ കാലം മായ്ച്ചുകഴിഞ്ഞു. അതിലെ ഭാഷയെക്കുറിച്ചുപോലും വ്യക്തതയില്ലെന്ന് ഗൈഡ് പറഞ്ഞു. വെളുത്ത സിംഹങ്ങൾക്കു മീതെ പത്മാസനത്തിലിരിക്കുന്ന ബുദ്ധനെ ഇത്തിരി നേരം നോക്കിനിന്നു. ദ്വാരപാലകർക്കുമദ്ധ്യേയാണ് ഇരിപ്പിടം. ചുറ്റിലും വ്യത്യസ്ത ഭാവങ്ങളിൽ കുറേപ്പേരുണ്ട്. പിന്നിലായി ദേവതമാരെ കുടിയിരുത്തിയിരിക്കുന്നു. മാറുമറയ്ക്കാത്ത ദേവിമാർക്ക് ആഭരണങ്ങളാൽ മേൽവസ്ത്രം ചാർത്തിയിട്ടുണ്ട്. ഇവയെല്ലാം പില്ക്കാലത്ത് വരച്ചുചേർക്കപ്പെട്ടവയാകാം.

തൊട്ടടുത്ത മുറിയിൽ വിവിധ വർണ്ണങ്ങളിലുള്ള വസ്ത്രങ്ങൾ അലങ്കരിച്ചു വച്ചിട്ടുണ്ട്. ആഘോഷങ്ങളുടെ ആടകളാണവ. ഹാളിന്റെ മദ്ധ്യത്തിൽ പത്മാസനത്തിലിരിക്കുന്ന ബുദ്ധപ്രതിമ. ചുറ്റിലും മറ്റ് ആരാധനാ മൂർത്തികൾ. ലാമമാരുടെ വെങ്കല പ്രതിമകൾ, ബുദ്ധന്റെ വിവിധ അവതാരങ്ങൾ- സിദ്ധാർത്ഥനിൽ തുടങ്ങി അവതാര ബുദ്ധനിലേക്ക്. അൻപതോളം കളിമൺ രൂപങ്ങൾ തൊട്ടടുത്തുണ്ട്. ചുവരായ ചുവരാകെ നിറഞ്ഞുനില്ക്കുന്നത് ബുദ്ധസൂക്തങ്ങളാണ്.

ഒന്നിനൊന്ന് പിടിതരാതെ നില്ക്കുകയാണ് താബുവിലെ ചിത്രസമുച്ചയം. ഒന്നിൽനിന്ന് മറ്റൊന്നിലേക്ക് കടക്കുമ്പോൾ സങ്കീർണ്ണതയുടെ ആഴവും ഇരുട്ടും കൂടുന്നു. ബുദ്ധപാഠങ്ങളൊന്നുമറിയാത്ത നിരക്ഷരന്റെ മനസ്സുമായി ക്ഷേത്രങ്ങളിൽനിന്ന് പുറത്തുകടന്നു. പിന്നിൽ കാൽപ്പെരുമാറ്റം. ഞങ്ങൾക്ക് പിന്നിൽ രണ്ട് ബുദ്ധഭിക്ഷുക്കൾ. ഓരോയിടത്തും പതിഞ്ഞ ഞങ്ങളുടെ കാല്പാടുകൾ നേർത്ത തുണിച്ചൂലുകൊണ്ട് മായ്ച്ചുകളയാൻ അവർ പിന്നാലെയുണ്ട്.

പുറത്ത് ദേവിയുടെ അമ്പലമുണ്ട്. വൈ ന്യൂ മിൻ എന്നാണ് വിളിപ്പേര്. ആരാധനാമൂർത്തികളുടെ കാര്യത്തിൽ ഇതുവരെ തീർത്തും വ്യക്തതകിട്ടാത്ത സങ്കല്പമാണിത്. ബുദ്ധവിഹാരം രൂപപ്പെടുംമുമ്പ് ഇത് താബുവിന്റെ സംരക്ഷണ ദേവതയായിരിക്കണം. ബുദ്ധ മൊണാസ്ട്രി സ്ഥാപിക്കുന്നതിനൊപ്പം പ്രാദേശിക സംരക്ഷണമൂർത്തിയായ ദേവിക്കു കൂടി ഇടംനല്കിയതാകാനേ വഴിയുള്ളൂ. അല്ലെങ്കിൽ ഈ പ്രദേശങ്ങൾ കായബലംകൊണ്ട് പിടിച്ചടക്കിയവർക്കൊപ്പം എത്തിയ ദേവതയാകണം. കാലാന്തരത്തിൽ അതും ബുദ്ധിസ്റ്റ് സങ്കല്പത്തിനനുസരിച്ച് മാറിയതാവും. വെറും കാഴ്ചക്കാരനായി കുന്നുകയറിയ എന്നിൽ ബുദ്ധിസത്തിന്റെ പിടികിട്ടാ സമസ്യകൾ കുത്തിനിറച്ച് സങ്കീർണ്ണമാക്കിയ നംഗിയൽ ലാമയോട് നന്ദിപറഞ്ഞു.

മൊണാസ്ട്രിക്ക് പുറത്ത് ചെറിയ ധാബയിൽ ഉരുളക്കിഴങ്ങ്

താബുവിന്റെ നടുമുറ്റം

മൺചുവരിൽ നിർമ്മിച്ചിട്ടുള്ള ബുദ്ധാവതാരങ്ങൾ

എണ്ണയിൽ മൊരിയുന്നതിന്റെ മണം. നന്നായി വിശപ്പുണ്ട്. ഞങ്ങൾ ധാബയിലേക്ക് നടന്നു. ഏതോ തിബത്തൻ പത്രക്കടലാസിൽ കണ്ണുകളു ടക്കിയിരിക്കുകയാണ് രണ്ട് ഭിക്ഷുക്കൾ. പതിനാലാം ദലൈലാമയുടെ ചിത്രത്തിനു വേലിയിട്ട അക്ഷരക്കൂട്ടങ്ങളിലാണ് അവരുടെ കണ്ണ്. ഉരുളക്കിഴങ്ങ് മൊരിച്ചത് കുറേക്കഴിച്ച് ഞങ്ങൾ മടക്കയാത്രയ്ക്ക് തയ്യാ റായി. വെയിൽ പടിഞ്ഞാറൻ കുന്നുകൾ തേടിപ്പോവുകയാണ്. കനത്ത മഞ്ഞ് തണുപ്പുമായി തൊട്ടരികിൽ സമതലത്തിൽതന്നെയുണ്ട്. സ്പി ത്തിപ്പുഴയുടെ ഒഴുക്ക് കുറഞ്ഞിട്ടുണ്ട്. ഇനിയും താബുവിൽനിന്നാൽ അവി

ടെത്തന്നെ തങ്ങലിടം തേടേണ്ടിവരും. കൂടുതൽ ആലോചിക്കാതെ വാഹനത്തിലേക്ക് കയറി. പൊടിപാറിച്ച് താഴ്‌വരയിലേക്ക് വാഹനമോടുമ്പോൾ താബുവിനു മീതെ കോടമഞ്ഞ് പതിവുസന്ദർശനത്തിനെത്തിയിരുന്നു. എല്ലാ കാഴ്ചയും മറയുന്നു. എങ്കിലും മൊണാസ്ട്രിക്കുമുന്നിൽ കണ്ട കാലചക്ര സ്തൂപം ഞങ്ങളെ നോക്കിനില്ക്കുന്നത് മഞ്ഞിനി

സുധനന്റെ തീർത്ഥാടനം

ലുംബിനിയിലേക്കുള്ള ഘോഷയാത്ര

താബു മൊണാസ്ട്രി: ഫയൽചിത്രം

പ്രധാന ക്ഷേത്രത്തിനു പുറത്തെ വജ്രപാസ എന്ന സംരക്ഷക രൂപം

പ്രധാന ക്ഷേത്രത്തിനുള്ളിലെ വൈരോചന ബുദ്ധൻ

പ്രധാന ക്ഷേത്രത്തിനുള്ളിലെ ഗീത്, വജ്രധർമ്മ വജ്രാതീക്ഷ്ണ

പ്രധാന ക്ഷേത്രത്തിനുള്ളിലെ വജ്രഹാസ

ഡങ്കർ

കാസയ്ക്കും താബുവിനുമിടയിലുള്ള ഗ്രാമമാണ് ഷിസ്‌ലിങ്. ഇവിടെനിന്ന് എട്ടുകിലോമീറ്ററേയുള്ളൂ ഡങ്കറിലേക്ക്. ലോകത്തിലെ ഏത് ബുദ്ധവിഹാരത്തോടും കിടപിടിക്കുന്നതാണ് ഡങ്കർ. ഭോട്ടിയ ഭാഷയിലെ ഇവിടത്തെ കൈയെഴുത്തുപ്രതികളും ചുവർചിത്രങ്ങളും ലോക പൈതൃകസ്വത്താണ്. ലോകത്തിൽ നാശം നേരിടുന്ന നൂറ് സംരക്ഷിത സ്മാരകങ്ങളിൽ ഒന്നാണ് ഇത്.

താബുവിലേതുപോലെ മാൻകുട്ടികൾ ആകാശം നോക്കുന്ന കമാനമാണ് ഡങ്കറിന്റേതും. ഒട്ടുമിക്ക ബുദ്ധ ഗയകളുടെയും കമാനം ഇതുപോലെയാണ്. തൂണുകളിൽ വിവിധ ചക്രങ്ങൾ കൊത്തിവച്ചിട്ടുണ്ട്. കാലചക്രത്തിന്റെ പരിപ്രേക്ഷ്യങ്ങളാണിവ. ഓരോന്നും ഓരോ കാലത്തെ പ്രതിനിധീകരിക്കുന്നു. കണ്ണഞ്ചിപ്പിക്കുന്ന നിറമാണ് എല്ലാത്തിനും. കമാനത്തിൽ സ്വാഗത വചനം. ഒരു പ്രകൃതി ദൃശ്യത്തിന്റെ പെയിന്റിങ് പോലെയാണ് ഡങ്കറിലേക്കുള്ള വഴിക്കുന്നുകൾ ദൂരക്കാഴ്ചയിൽ. റോഡിൽ അവിടവിടായി ഓടകളുടെയും മറ്റും കോൺക്രീറ്റ് പണികൾ നടക്കുന്നുണ്ട്. ഞങ്ങളുടെ വാഹനത്തിന് കടന്നുപോകാൻ ജോലിക്കാർ വഴിനല്കി. ഇടത്ത് ഇറക്കത്തിൽ സ്പിത്തി നദിയൊഴുകുന്നു. മഞ്ഞ് ഉറഞ്ഞുകൂടിയ മൺതിട്ടകൾക്കുമേൽ സാവധാനം ചെന്നിടിച്ച് ചിതറിയാണ് ഒഴുക്ക്. കുന്നുകയറി കുറേക്കൂടി മുകളിലെത്തുമ്പോൾ സ്പിത്തിയും അതിന്റെ കൈവഴിയായ പിൻ നദിയും തമ്മിൽ കലരുന്ന കാഴ്ച. കൂറ്റൻ മലകൾക്കുനടുവിലൂടെ ഒളിച്ചൊളിച്ചാണ് പിൻനദിയെത്തുന്നത്. പിൻ താഴ്‌വരയിലെ ഏതോ മടക്കിൽനിന്ന് ഒഴുകിത്തുടങ്ങി ഡങ്കറിനു മുന്നിലെത്തുമ്പോൾ പെട്ടെന്ന് സ്പിത്തിയിലേക്കൊരു കടന്നുകയറ്റം. യാത്രയിലുടനീളം അതിന്റെ വ്യത്യസ്ത ഘട്ടങ്ങൾ ദൃശ്യമായിക്കൊണ്ടി

ഡങ്കർ മൊണാസ്ട്രി - ദൂരക്കാഴ്ച

രുന്നു. നീലജലമൊഴുകുന്ന സ്പിത്തിപ്പുഴയുടെയും കലക്കവെള്ളമൊഴുകുന്ന പിൻ നദിയുടെയും സംഗമപ്രയാഗിനു മുകളിലാണ് ഡങ്കർ.

വീണ്ടും വളഞ്ഞുപുളഞ്ഞ വഴിയിലൂടെ കുറേക്കൂടി ഓടിയെത്തുമ്പോൾ അകലെ മൺപുറ്റിനുള്ളിൽ കുറേ ജീർണ്ണിച്ച മന്ദിരങ്ങൾ. നേരത്തേ കുറേയൊക്കെ അറിഞ്ഞതിനാൽ അത് ഡങ്കർ ആണെന്ന് ഉറപ്പിക്കാൻ വിഷമമുണ്ടായില്ല. അടുത്ത വളവിൽ വീണ്ടും സ്പിത്തിനദിയാണ്. താഴെ അതിനോട് ചേർന്ന കൃഷിയിടങ്ങളിൽ നല്ല പച്ചപ്പ്. എന്തൊക്കെയാണ് കൃഷിയെന്ന് ദൂരെനിന്ന് വ്യക്തമാകുന്നില്ല. താഴ്‌വരയിലൂടെ ഒഴുകിനടക്കുന്ന ചെറിയ നീർച്ചാലുകൾ മുകളിലെവിടെയോ തടാകത്തിൽ നിന്ന് എത്തുന്നു. അടുക്കും ചിട്ടയുമുള്ള വരമ്പുകളാൽ വേർതിരിച്ചതാണ് ഓരോ കൃഷിയിടവും. കുന്നിന്റെ ചരിവുകൾക്കും വളവുകൾക്കുമനുസരിച്ച് രൂപകല്പന ചെയ്തപോലെ. പാടങ്ങൾ ഇറങ്ങിച്ചെല്ലുന്നത് പുഴയിലേക്കാണ്.

ഒരു ഹെലിപ്പാഡ് താഴെ കുന്നിലുണ്ട്. ഡങ്കറിന്റെ മില്ലേനിയം ആഘോഷങ്ങൾക്ക് ദില്ലിയിൽ നിന്നെത്തിയ പൗര പ്രമുഖർക്ക് പറന്നിറങ്ങാൻ നിർമ്മിച്ചതാണിതെന്ന് പിന്നീട് വ്യക്തമായി. വഴിക്കരികിൽ കുത്തിനിർത്തിയ ഉണക്കമരച്ചില്ലയിൽ കൂറ്റൻ തോരണങ്ങൾ കാറ്റിൽ പറക്കുന്നു. പാടങ്ങൾക്ക് നടുവിൽ അങ്ങിങ്ങ് ചില വീടുകൾ അവ്യക്തമായി കാണാം, കമ്പുകളിൽ മേൽപ്പുര നിർമ്മിച്ച് അതിനുമീതെ മണ്ണിട്ട തലപ്പുമാത്രം. നേർത്ത തണുപ്പുണ്ട്. എങ്കിലും വാഹനത്തിന്റെ ഗ്ലാസെല്ലാം താഴ്ത്തി

യിട്ട് പുറത്തേക്ക് നോക്കിയിരുന്നു. ഡങ്കർ ഇപ്പോൾ വളരെ അടുത്താണ്. അപകടാവസ്ഥയിലെന്ന് തോന്നിക്കുന്ന മൺകൂനകൾക്കിടയിൽ വെളുപ്പും ചുവപ്പും നിറത്തിൽ പറ്റിപ്പിടിച്ചിരിക്കയാണ് മൊണാസ്ട്രി. ഹൊറർ സിനിമകളിൽ കണ്ടുഭയന്ന സൈബീരിയൻ കോട്ടപോലെ നിഗൂഢമാണ് ആദ്യ കാഴ്ചയിൽ ഡങ്കർ. ഒരു കുന്നിന്റെ താഴേത്തട്ടിൽനിന്ന് തുടങ്ങി മുകളിലേക്ക് നിലകളായി നിർമ്മിച്ച വിസ്മയ ഗുഹകൾ. അകലെ തിബത്തൻ കുന്നുകളുടെ കാവലുണ്ട്. ചുവടെ സ്പിത്തിയുടെ കൈവഴിക്കരികിൽ വിശാലമായ പച്ചപ്പാടങ്ങൾ. അവിടേക്ക് താഴ്വരയിലൂടെ വളഞ്ഞുപുളഞ്ഞ് നീളുന്ന നടവഴികൾ. പാടങ്ങൾക്കു നടുവിൽ വീടുകളെന്ന് തോന്നിച്ച കുറേ ചെറിയ കെട്ടിടങ്ങളുണ്ട്.

അപരിചിതർക്ക് എത്താൻ പറ്റാത്ത കുന്നിൻപുറമെന്നാണ് ഡങ്കറിന് അർത്ഥം. തിബത്തിൽ ഡങ്ക് എന്നാൽ കീഴ്ക്കാംതൂക്കായ കുന്ന് എന്നും ഖർ എന്നാൽ കോട്ടയെന്നും അർത്ഥം. തിബത്തൻ അർത്ഥം അന്വർത്ഥമാക്കുന്നതാണ് ഡങ്കർ. 'ലാ-ഒ-പാ ഗോംപ' എന്നാണ് ഇവിടം പൊതുവെ അറിയുന്നത്. നൂറിലേറെ ലാമമാരുടെ ഘോഷണങ്ങൾ നിറഞ്ഞുനിന്നതാണ് ഡങ്കർ. പടിഞ്ഞാറൻ ഹിമാലയത്തിലെ ബുദ്ധിസ്റ്റ് നവോത്ഥാനത്തിന്റെ താവളമായിരുന്നു ഇത്. രാഷ്ട്രീയ സംസ്കാരത്തിന്റെയും ബുദ്ധമതസ്ഥാപനത്തിന്റെയും സങ്കേതം കൂടിയായി പിന്നെ മാറി. ഇന്തോ-തിബത്തൻ ബുദ്ധിസത്തിന്റെ ഇന്ത്യൻ സ്കൂൾ എന്നാണ് അറി

ഡങ്കർ മൊണാസ്ട്രിക്കു താഴെ പിൻ, സ്പിത്തി നദികളുടെ സംഗമം

ഡങ്കർ മൊണാസ്ട്രിയുടെ പുതിയ മന്ദിരം നിർമ്മാണാവസ്ഥയിൽ

യപ്പെടുന്നത്.

പുതിയ മൊണാസ്ട്രിയാണ് ആദ്യം. എതുനിമിഷവും ഊർന്നുവീഴുമെന്ന് തോന്നുന്ന കുന്നിനുമീതെയാണതിന്റെ നില്പ്. മുന്നിൽ വാഹനം നിർത്തി അങ്ങോട്ട് നടക്കുമ്പോൾ സംശയം മാറി. അത്രത്തോളം ദുർബ്ബലമല്ല ഈ കുന്നുകൾ. പുറമേ മണ്ണടരുകൾ ഉണ്ടെങ്കിലും അതിനടിയിൽ നല്ല ഉറപ്പാണ്. കൊത്തുപണികളും ചിത്രങ്ങളുമൊക്കെയുള്ള കമാനമാണ് ഇവിടെയും. ചുവന്ന വസ്ത്രം ധരിച്ച ബുദ്ധഭിക്ഷുക്കൾ കവാടത്തിലുണ്ട്. കാലപ്പഴക്കത്താൽ പൗരാണിക മൊണാസ്ട്രിക്ക് നാശം തുടങ്ങിയതോടെ അവിടെയുണ്ടായിരുന്ന പ്രാചീന രേഖകളും മറ്റും ഇപ്പോൾ പുതിയ മൊണാസ്ട്രിയിലാണ്. അത് കാണണമെങ്കിൽ മഠാധിപതിയായ ലാമയുടെ അനുമതി വേണം. ഞങ്ങളെത്തുന്നതിനും തൊട്ടുമുമ്പ് താഴ്വരയിലേക്ക് ഇറങ്ങിപ്പോയ ജീപ്പിൽ ചുവന്ന വസ്ത്രം ധരിച്ചിരുന്നയാൾ അവിടത്തെ ലാമയായിരുന്നു. അങ്ങനെ ഡങ്കറിലെ അപൂർവ്വ കാഴ്ചയിലൊന്ന് തുടക്കത്തിലേ നഷ്ടമാവുന്നു.

തിബത്തൻ ഗെലൂപ ബുദ്ധിസത്തിന്റെ ആരാധനാകേന്ദ്രമാണിത്. കാദംബ, കഗ്യൂപ തുടങ്ങിയ ബുദ്ധിസ്റ്റ് ആരാധനാ രീതികളും തുടക്കത്തിൽ ഇവിടെ നിലനിന്നു. സ്പിത്തിയിലെ മഞ്ഞുമരുഭൂമിയെന്നാണ് ഈ പ്രദേശം അറിയുന്നത്. വെറും നൂറുപേരാണ് അന്തേവാസികൾ. കെട്ടിടങ്ങൾക്ക് മദ്ധ്യതിബത്തൻ നിർമ്മാണ രീതിയാണ് ഉപയോഗിച്ചിട്ടുള്ളത്.

ഡങ്കർ മൊണാസ്ട്രിയുടെ ചുവട്ടിലെ പൊഴിയുന്ന കുന്നുകൾ

വീശിയടിക്കുന്ന പൊടിക്കാറ്റ് വകവയ്ക്കാതെ ഞങ്ങൾ ഡങ്കറിലൂടെ നടന്നു. ഗ്രാമത്തിലേക്ക് സ്വാഗതമോതുന്ന യൂത്ത് ക്ലബ്ബിന്റെ ബോർഡും ഗ്രാമം വൃത്തിയായി സൂക്ഷിക്കാൻ തങ്ങൾ നടത്തുന്ന പരിശ്രമവുമൊക്കെ ബോർഡുകളിലുണ്ട്. അങ്ങിങ്ങ് ചില മുൾമരങ്ങളൊഴിച്ചാൽ മൊണാസ്ട്രിക്ക് ചുറ്റും വരണ്ട പ്രകൃതിയാണ്. തണുപ്പിനൊപ്പം പൊടിയും വഹിച്ചുള്ള കാറ്റ് വല്ലാതെ കുഴയ്ക്കുന്നു. ചുറ്റിലുള്ള മണ്ണെല്ലാം തൂവിമാറി ശിഖരം മാത്രം മുകളിലേക്കുയർന്ന മൺപുറ്റുപോലെയാണ് മിക്ക മലകളും. പൊടിക്കാറ്റിന്റെ പടലത്തിനുള്ളിൽ അവ ചലിക്കുന്നുണ്ടോയെന്നുപോലും സംശയിച്ചുപോവും.

വാഹനമോടാനുള്ള വഴിയുണ്ടെങ്കിലും തല്ക്കാലം ഇതുവഴി യാത്രയില്ല. മലയിടിച്ചിൽ തന്നെയാണ് പ്രശ്നം. രണ്ടുമാസംമുമ്പ് ഒരു ജീപ്പ് താഴേക്ക്പോയി. ആളപായമുണ്ടായില്ലെങ്കിലും വാഹനം മുകളിലെത്തിക്കാൻ വളരെ പണിപ്പെടേണ്ടിവന്നു. ഞങ്ങളുടെ വാഹനത്തിന്റെ ഡ്രൈവർ അർജ്ജുനാണ് ഇക്കാര്യം പറഞ്ഞത്. ചരിഞ്ഞ കോണുകളിൽ നിരവധി വീടുകളുണ്ട്. അവയിൽ മിക്കതിന്റെയും മേല്പുരയിലേക്ക് കുന്ന് ഇടിഞ്ഞുകിടക്കുന്നു. മണ്ണിൽ പൂഴ്ത്തിവച്ച ചെറിയ പെട്ടികൾപോലെയാണ് പല വീടുകളുടെയും കാഴ്ച. സാമൂഹ്യ വനവല്ക്കരണത്തിന്റെ ഭാഗമായി കുറേ വൃക്ഷങ്ങൾ വച്ചുപിടിപ്പിക്കാൻ ശ്രമം നടന്നിട്ടുണ്ട്. എന്നാൽ അതൊന്നും കാര്യമായ ഫലപ്രാപ്തി നേടിയില്ലെന്ന് ചരിവുകളിൽ വിശ്രമിക്കുന്ന തകരക്കൂടുകൾ സാക്ഷിപറയുന്നു.

മലനിരകളിലൂടെ പൊടിപാറിച്ച് സൈക്കിളോടിച്ച് ഒരു കുട്ടി വരുന്നു. അഭ്യാസിയുടെ കൈയടക്കത്തോടെയാണ് അവൻ ഓരോ കുന്നുകളിൽ നിന്നും മറ്റൊന്നിലേക്ക് പായുന്നത്. വിയർത്തുതളർന്ന് കിതച്ച് കുന്നു കയറുന്ന ഞങ്ങളെക്കണ്ട് അവൻ സൈക്കിൾ നിർത്തി. അവന്റെ ചിരിയിൽ ആ ഗ്രാമത്തിന്റെയാകെ സൗഹൃദമുണ്ടായിരുന്നു.

തിബത്തൻ കുന്നുകളിൽനിന്ന് സ്പിത്തി താഴ്വര തേടിയിറങ്ങിയ കാറ്റിന്റെ നേർത്ത തണുപ്പിൽ അവനും സൈക്കിളുരുട്ടി ഞങ്ങൾക്കൊപ്പം നടന്നു. ഗോവിന്ദ് എന്നാണ് ആ ഏഴാം ക്ലാസുകാരന്റെ പേര്. കാസയിലെ ബോർഡിങ് സ്കൂളിലാണ്. കേരളത്തിൽനിന്നാണ് വരുന്നതെന്ന് അവനോട് പറഞ്ഞപ്പോൾ അത് ദില്ലിയിലാണോ? എന്നായി ചോദ്യം. തെരഞ്ഞ് തെരഞ്ഞ് ചെന്നാൽ ദില്ലിയേക്കാൾ ബുദ്ധ പൈതൃകം എന്റെ നാടിനുണ്ടെന്ന് പറയണമെന്നൊക്കെ തോന്നി. ആദിശങ്കരന്റെ ജൈത്രയാത്രയിൽ തകർന്നടിഞ്ഞ ഗയകളുടെ കഥ നമുക്കുമുണ്ടല്ലോ. നമ്മുടെ ശബരിമലപോലും ബുദ്ധിസ്റ്റ് താന്ത്രിക് ഘടനയിലുള്ളതാണെന്ന പഠനങ്ങൾ ഇപ്പോഴും ശക്തമാണല്ലോ. ഞാൻ ജനിച്ചുവളർന്ന ഗ്രാമം അഗസ്ത്യകൂടത്തിന്റെ താഴ്വരയിലാണ്. ഇവിടങ്ങളിൽ നിലനിന്ന പൗരാണിക ബുദ്ധ സങ്കല്പങ്ങൾ ഇപ്പോഴും വേരറ്റുപോകാതെ നില്ക്കുന്നത് ഓർമ്മയിൽ കുളിരായി പടർന്നു. ഈ കുട്ടിയോട് അതൊക്കെ പറഞ്ഞ് എന്തുനേടാൻ?

ഢങ്കർ മൊണാസ്ട്രിക്കരികിൽ ഗോവിന്ദും കെ ആർ അജയനും

ഡങ്കർ മൊണാസ്ട്രിയിലേക്കുള്ള വഴി

ഓരോ കുന്നുകളുടെയും ചുവട്ടിലെ ഉയർന്ന ശിഖരത്തോട് ചേർന്നാണ് മൊണാസ്ട്രിയുടെ ഓരോ ഘട്ടവും. കുന്നിലേക്ക് ആഴ്ത്തിയ തടിക്കഷണങ്ങൾക്കുമീതെ തട്ടുപോലെ തറയും മേല്ക്കൂരയുമുണ്ട്. പ്രത്യേകം നിർമ്മിച്ച ചുവരുകളില്ല. അതെല്ലാം കുന്നുകൾതന്നെ. മുൻവശം മാത്രം അടച്ചുകെട്ടി വെള്ള പൂശിയിട്ടുണ്ട്. കാലത്തിന്റെ തലോടലിൽ വിണ്ടുകീറിയ പുറങ്ങളിൽ അവിടവിടായി ഇരുമ്പുകമ്പികൾ അടിച്ചുകയറ്റി പിളർപ്പ് ഒഴിവാക്കിയിട്ടുണ്ട്. തകർന്നുവീഴാറായ ഒരു കെട്ടിടത്തിന്റെ അടിവശം താങ്ങുകൊടുത്ത് ഉയർത്തിനിർത്തിയിരിക്കുന്നു. തൊട്ടടുത്ത് കോൺക്രീറ്റ് കട്ടകളും കമ്പിയുമെല്ലാം കിടപ്പുണ്ട്. മൊണാസ്ട്രി ആധുനീകരിക്കുന്നതിന്റെ പാടുകളാണവ. കുന്നുകൾക്കിടയിലെ വഴിയെല്ലാം മണ്ണിടിഞ്ഞ് മൂടിക്കിടക്കുന്നു. അതിനുമീതെയാണ് നടവഴി. സൂക്ഷിച്ചില്ലെങ്കിൽ തെന്നുമെന്ന് ഗോവിന്ദ് പറഞ്ഞു. അവനിപ്പോൾ ഞങ്ങളോട് പെരുമാറുന്നത് ഒരു ഗൈഡിനെപ്പോലെയാണ്.

ഞങ്ങളുടെ സംഘത്തലവൻ നന്ദകുമാറും പപ്പനും ഇത്തിരി മുന്നിൽ കുന്നുകയറുകയാണ്. ഞാനും രവിവർമ്മയും ഗോവിന്ദിനോട് അറിയാവുന്ന ഹിന്ദിയിൽ കൊച്ചുവർത്തമാനമൊക്കെ പറഞ്ഞ് സാവധാനം പിന്നിൽ. ഓരോ അടി മുകളിലേക്ക് കയറുമ്പോഴും വിസ്മയങ്ങളുടെ ചെപ്പു തുറക്കുകയാണ് ഡങ്കർ. ഞങ്ങൾ വിരുന്നുവന്ന താഴ്വരയാകെ പലവർണ്ണത്തിൽ താഴെക്കിടപ്പുണ്ട്. ഡങ്കർ ഗ്രാമത്തിലെ ഓരോ വീടും പ്രത്യേകം തിരിച്ചറിയാം. ഗോവിന്ദ് അവനിപ്പോൾ താമസിക്കുന്ന വീട് ചൂണ്ടിക്കാട്ടി.

കഴിഞ്ഞ മഞ്ഞുകാലത്തിനുമുമ്പ് അവരുടെ വീട് കുറേക്കൂടി താഴെയായിരുന്നു. പാടങ്ങൾ തുടങ്ങുന്നതിന് തൊട്ടുമുമ്പ്. മഞ്ഞുകാലം വിടപറയുന്ന ഒരു ചടങ്ങുണ്ട്. അത് ഡങ്കറിനെ വേദനിപ്പിക്കുന്നതാണ്. വീടുകൾക്കുമീതെ ആവരണമായി അടിഞ്ഞുകൂടുന്ന മഞ്ഞ് ഒറ്റയടിക്ക് വഴുതി താഴേക്ക് വീഴും. അതിൽ ചേർന്നിരിക്കുന്ന വീടുകളെ തകർത്തുകൊണ്ടാവും അത് സ്പിത്തി നദിയിൽ വിലയം കൊള്ളുക. അല്ലെങ്കിൽ എവിടെയെങ്കിലും കുടുങ്ങി കുറേശ്ശെയായി ഉരുകിത്തുടങ്ങും. ഗോവിന്ദ് കാണുന്ന ഡങ്കറിന് പന്ത്രണ്ട് വർഷത്തെ പഴക്കമേയുള്ളൂ. അതിനുമുമ്പ് എത്രയോ തലമുറകൾ ആ മഞ്ഞൊഴുക്കിനൊപ്പം വിറങ്ങലിച്ച് നിന്നിട്ടുണ്ടാവും.

പഴയ മൊണാസ്ട്രിയിലേക്ക് കടക്കുന്നതിനുമുമ്പ് ചെറിയൊരു കാഴ്ചയുണ്ട്. വഴിയോരത്തെ കുന്നിനുള്ളിൽ ഒരു ഗുഹ. ഉള്ളിലേക്ക് നമുക്ക് ഇറങ്ങാനാകില്ലെങ്കിലും അതിനുള്ളിൽ മനുഷ്യവാസമുണ്ടായിരുന്നുവെന്ന് വ്യക്തം. പുറമേനിന്ന് കാണുമ്പോൾ അതിന്റെ മൺഭിത്തിയിൽ അവ്യക്തമായി ചില ചിത്രങ്ങൾ തെളിഞ്ഞുകാണാം. കാലം എത്രവിചാരിച്ചിട്ടും മായ്ക്കാൻ കഴിയാത്ത ചിത്രങ്ങൾ. സ്പിത്തി താഴ്വരയുടെ അധിപന്മാരായിരുന്ന നോനോസിന്റെ പാരമ്പര്യ ആസ്ഥാനമായിരുന്നു പതിനെട്ടാം നൂറ്റാണ്ടുവരെ ഡങ്കർ. കോട്ട തകർച്ചയുടെ വക്കിലെത്തിയപ്പോഴാണ് ആസ്ഥാനം ക്യൂലിങ്ങിലേക്ക് മാറ്റിയത്. പിന്നെ കുറേക്കാലം തടവുകാരെ

ഡങ്കർ മൊണാസ്ട്രിക്കരികിലെ പൗരാണിക ഗുഹ

എപ്പോഴും പൊഴിഞ്ഞുകൊണ്ടിരിക്കുന്ന കുന്നുകൾ

പാർപ്പിക്കാൻ ഈ കോട്ട ഉപയോഗിച്ചുവത്രേ. ഗോംപയുടെ കുറേ ഭാഗങ്ങൾ 1975 ലെ ഭൂമികുലുക്കത്തിലും 1989 ലെ തീവ്രമായ മഞ്ഞുകാലത്തും അടർന്ന്വീണ് നശിച്ചു.

ഞങ്ങൾ നടന്നുകയറുന്നത് പഴയ മൊണാസ്ട്രിയിലേക്കാണ്. ഇപ്പോൾ ഗ്രാമീണ മ്യൂസിയമായി മാറിയ ബുദ്ധ ഗയയിലേക്ക്. കാലപ്പഴക്കം മങ്ങലേല്പിച്ചെങ്കിലും കടുംചുവപ്പായിരുന്ന വാതിലാണ് മുന്നിൽ. സാറ്റിൻ തുണിയിൽ മഞ്ഞ അളകങ്ങൾ കോർത്തിട്ടിരിക്കുന്നു. ഭിത്തിയിലെ വെളുത്ത നിറം അടുത്തിടെ പൂശിയതാണ്. ഒന്നുതൊട്ടപ്പോൾതന്നെ അത് വ്യക്തമായി. മൊണാസ്ട്രിക്ക് പ്രധാനമായും ലാഖാങ്, കഞ്ജൂർ, ദുഖാങ് ഉൾപ്പെടെ അഞ്ച് മുറികളാണുള്ളത്. ഇതിൽ വലുപ്പത്തിൽ തീരെ ചെറിയ ലാഖാങ് ഗോംപ ഏറ്റവും മുകളിലത്തെ കുന്നിലാണ്. ശാക്യമുനി, ലാമമാരായിരുന്ന ചോദ്റങ്, ത്സോങ് കാഫാ തുടങ്ങിയ ആത്മീയാചാര്യന്മാരുടെ ചിത്രങ്ങളെല്ലാം ഇതിന്റെ മദ്ധ്യച്ചുവരിലാണ്.

ആരാധനാലയങ്ങൾക്കുമുന്നിൽ ഞാൻ കുമ്പിട്ട് നില്ക്കാറില്ല. അവിശ്വാസത്തിന്റേയോ വിശ്വാസ നിരാസത്തിൻെയോ ഒന്നുമല്ല പ്രശ്നം. അത് ശീലിച്ചിട്ടില്ല എന്നുമാത്രം. എങ്കിലും ഡങ്കർ മൊണാസ്ട്രിയുടെ മൺതറയിൽ കാൽതൊടുംമുമ്പ് ഒന്നു കുമ്പിട്ടു. ഇരുകൈകളും തറയിൽതൊട്ട് ശിരസ്സിൽവച്ചു. ഈ തറയിലുറങ്ങുന്നത് എന്റെ സങ്കല്പങ്ങൾക്കെല്ലാമകലെയുള്ള ഏതോ കാലത്തിന്റെ നിശ്വാസമാണ്. ബുദ്ധചരണങ്ങളിൽ

എല്ലാം സമർപ്പിച്ച് ആരാധിച്ച ജനലക്ഷങ്ങളുടെ സ്വപ്നങ്ങളാണ്. വീശിപ്പോവുന്ന കാറ്റ് ഓർമ്മിപ്പിക്കുന്നത് ഏതോ സങ്കീർത്തനത്തിന്റെ സമാനതയില്ലാത്ത മുഴക്കമാണ്.

വാതിൽ നേർത്ത ശബ്ദത്തോടെ തുറന്നു. അതിൽ തൂക്കിയിട്ട ഇരുമ്പുവളയങ്ങളിൽ കുളിപ്പിന്നൽ നടത്തിയ വർണ്ണത്തുണികൾ കയറുപോലെ തൂങ്ങിക്കിടക്കുന്നു. ആദ്യം കാണുന്നത് ഒരു വിലാപത്തിന്റെ മുന്നറിയിപ്പാണ്, 'സേവ് ഡങ്കർ'. ആ വാക്കുകളിൽ എല്ലാമുണ്ട്. അത് കഴിഞ്ഞുപോയ കാലത്തിന്റെകൂടി പ്രാർത്ഥനയാണ്. നിവർന്നുനിന്നാൽ മുട്ടുന്ന മച്ചാണ് മുകളിൽ. മരച്ചില്ലകൾ പാകിയ മച്ചിനിടയിലെ ചെറുസുഷിരങ്ങളിലൂടെ വെളിച്ചം ഉള്ളിലേക്ക് കടക്കുന്നു. അതുമാത്രമാണ് അവിടത്തെ വെളിച്ചം. നാലുകെട്ടുകളുടെ നടുമുറ്റംപോലെ മണ്ണിൽ വളച്ചുവച്ച ഒരു പ്രദേശമുണ്ട്. അത് ഇപ്പോൾ മൂടപ്പെട്ട താഴെയുണ്ടായിരുന്ന കിടങ്ങിലേക്കുള്ള പ്രവേശന ദ്വാരമാകണം. എത്രയോ പ്രഭാഷണങ്ങളിൽ ആവേശംകൊണ്ടിട്ടുണ്ടാവും ഈ മലച്ചുവരുകൾ. അതിനുംമുമ്പ് എത്രയോ തടവുകാരുടെ അമർത്തപ്പെട്ട രോദനങ്ങൾ ഇവിടെ ഒട്ടിപ്പിടിച്ചിട്ടുണ്ടാവും. അവിടം കടന്ന് ചെറിയ പടിക്കെട്ടുകൾ കയറിയെത്തുന്നത് പ്രധാന ആരാധനായിടങ്ങൾക്കുമുന്നിലാണ്. തൊട്ടടുത്ത കുന്നിൽ ഉറച്ചുനില്ക്കുന്ന എറ്റവും ഉയരെയുള്ള പ്രാർത്ഥനാ മുറിയുടെ ജനാലകൾ കാറ്റിലടയുന്നു. നേരത്തേ അവിടെ കയറിയ ആരോ തുറന്നിട്ടതാണ്. അത് അടച്ചിടാൻ ഗോവിന്ദ് മുകളിലേക്ക് ഓടി, അവനോട് ആരും പറഞ്ഞില്ലെങ്കിലും.

മൺചുവരുകൾക്ക് മീതെ തുണിയളുകങ്ങൾ കാറ്റിലാടുന്നു. ഡങ്കർ മൊണാസ്ട്രി അടുത്തിടെ അറ്റകുറ്റപ്പണി നടത്തിയപ്പോൾ ചാർത്തിയതാണ് അവ. രണ്ട് കുട്ടികൾ ഉൾപ്പെടെയുള്ള വിദേശികുടുംബം കാഴ്ചകൾ കണ്ട് നടക്കുന്നു. അവർ ലണ്ടനിൽനിന്നെത്തിയതാണെന്ന് സംസാരത്തിനിടെ മനസ്സിലായി. കാഴ്ചകളിൽ മതിമയങ്ങിയാണ് അവരും നില്ക്കുന്നത്. പ്രധാന ക്ഷേത്രത്തിനുള്ളിൽ ബുദ്ധാവതാരമായ അവലോകിടേശ്വരന്റെ വെങ്കലപ്രതിമ. നിറമുള്ള പട്ടുതുണികളിൽ പൊതിഞ്ഞാണ് വിഗ്രഹത്തിന്റെ നില്പ്. ചുറ്റിലും തടിയിൽ കൊത്തുപണിചെയ്ത ചായം തേച്ച ഫ്രെയിമുകൾ. നമ്മുടെ നാട്ടിലെ പടയണിക്കോലങ്ങൾപോലെ ചിലതൊക്കെ തൂണുകളിൽ തൂക്കിയിട്ടിട്ടുണ്ട്. വിശേഷാവസരങ്ങളിലെ അലങ്കാരിപ്പുകളാവണം അതൊക്കെ. മൊണാസ്ട്രിയുടെ അധികാരിയെന്ന് തോന്നിച്ചയാൾ ഞങ്ങളെ അഭിവാദ്യം ചെയ്തു. റിങ്പോ എന്നാണ് അദ്ദേഹത്തിന്റെ പേര്. കറുത്ത കണ്ണടയും ചുവന്ന ബുദ്ധിസ്റ്റ് വേഷവുമൊക്കെ ധരിച്ചയാൾ. ഇംഗ്ലീഷ് അത്ര വശംപോര. ഹിന്ദിയാണെങ്കിൽ ഭോട്ടിയഭാഷ കലർന്നതും. കേരളത്തിൽനിന്നെത്തിയതാണെന്ന് അറിഞ്ഞപ്പോൾ ചുറ്റും നടന്നു കാണിക്കാൻ ഒരു സഹായിയെ ഒപ്പംവിടാമെന്ന് സമ്മതിച്ചു. റിങ്പോ താമസിക്കുന്നത് മൊണാസ്ട്രിയിലെ ചെറിയ മുറിയിലാണ്. ചുവരിലാകെ വർണ്ണചിത്രങ്ങൾ. മിക്കതിലും കാലം തൊട്ട് മുറി

ഡങ്കർ മൊണാസ്ട്രിയുടെ കവാടം

വേല്പിച്ചിട്ടുണ്ട്. ഇനാമൽ പെയിന്റിൽ വരച്ച ചിത്രങ്ങൾ അടുത്തിടെ പ്രത്യക്ഷപ്പെട്ടതാണ്. ലുംബിനിക്കാട്ടിൽ തുടങ്ങിയ ബുദ്ധ സഞ്ചാരത്തിന്റെ ചിത്രങ്ങളാണ് മിക്കതും.

അവലോകിടേശ്വരന്റെ പ്രതിമയിരിക്കുന്ന അസംബ്ലി ഹാളിന് (ദുഖാങ്) തൊട്ടടുത്ത വലിയൊരു മുറിയിൽ ദലൈലാമയുടെ ചിത്രം അലങ്കരിച്ചുവച്ചിട്ടുണ്ട്. ബുദ്ധസന്ന്യാസിമാർ ഒത്തുചേരുന്നതും പ്രാർത്ഥന നടത്തുന്നതും ഇവിടെയായിരുന്നു. സോങ്പ, ശാക്യമുനി, മൈത്രേയ ബുദ്ധ എന്നിവരുടെ മൺരൂപങ്ങളും അവിടെയുണ്ട്. അമിതാഭ ബുദ്ധന്റെയും ഹരിത താരയുടെയും ചുവർചിത്രമാണ് ഇരുവശത്തും. മന്ദിരത്തിന്റെ തൂവാനയിൽ കൂറ്റൻ തുകലുപകരണം തൂങ്ങുന്നു. ശക്തമായ കാറ്റിൽ അത് മുഴങ്ങി നാദങ്ങളൊഴുകുന്നു. അതിനുമീതെയൊന്ന് വിരൽ തൊട്ടാൽ ചിലപ്പോൾ മുഴങ്ങുന്നത് ഹുങ്കാരമാവും. ചിലപ്പോൾ കൊടുങ്കാറ്റും. വെറുതെയൊന്ന് വിരലോടിച്ചു. ചെറിയമുഴക്കത്തിൽ തുടങ്ങിയത് അവസാനിച്ചത് തീരെ മോശമല്ലാത്ത ശബ്ദമുയർത്തി നേർത്തുനേർത്താണ്. പ്രാചീനകാലംമുതൽ ഇവിടെ ഉപയോഗിച്ചുവരുന്ന വാദ്യോപകരണത്തിലൊന്നാണിത്. യാക്കിന്റെ ജഡമൂടിയ തലയും നിറമടിച്ച കൊമ്പും സ്റ്റഫ്ചെയ്ത് സൂക്ഷിച്ചിട്ടുണ്ട്. ആകാശംമാത്രം കാണാവുന്ന മലയുടെ മതിൽക്കെട്ടിലാണ് ഞങ്ങളിപ്പോൾ. കാലം കാത്തുവച്ച തിരുശേഷിപ്പുകൾ ഇനിയും തകരാതെ നിലനിർത്താൻ ചില നീക്കങ്ങളൊക്കെ നടക്കുന്നു. സേവ് ഡങ്കർ എന്ന പുനരേകീകരണ പ്രോജക്ട് തന്നെ

ഇതിന്റെ ഭാഗമാണ്.

മ്യൂസിയത്തിന്റെ മേല്ക്കൂര നിർമ്മിച്ചിരിക്കുന്നത് കാട്ടുകമ്പുകൾ അടുക്കിയാണ്. അതിനൊക്കെ എത്രകാലം പഴക്കംവരുമെന്ന് ചോദിച്ചപ്പോൾ റിങ്പോ കൈമലർത്തി. അത്തരമൊരു വിഡ്ഢിച്ചോദ്യം ഉന്നയിച്ച എന്നെനോക്കി മധുരമായി ചിരിച്ചു.

ഗ്രാമീണ മ്യൂസിയംവിട്ട് ഞങ്ങൾ പുറത്തിറങ്ങി വീണ്ടും കുന്നുകയറിത്തുടങ്ങി. ഏതുനിമിഷവും താഴേക്കുപതിക്കുമെന്ന് തോന്നിച്ച മലകൾക്കിടയിലൂടെ തപ്പിത്തപ്പിയാണ് കയറിയത്. വഴുതുന്ന മണ്ണാണ് വഴിയിൽ. കൂടുതൽ പൊഴിയുന്നിടത്ത് കോൺക്രീറ്റ് കട്ടകൾ തടയായി ഉറപ്പിച്ചിട്ടുണ്ട്. അമ്പത് പ്രാവശ്യത്തോളം ഹിമാലയത്തിന്റെ വിവിധ കുന്നുകൾ കയറിയിറങ്ങിയ ഞങ്ങളുടെ ക്യാപ്ടൻ നന്ദകുമാറാണ് വിളിക്കുന്നത്, “ഓടിക്കയറൂ.. ഒരു കാഴ്ച കാണാം.’’

മഞ്ഞ ചുണ്ടുകളാൽ എന്തോ കൊത്തിക്കൊറിക്കുന്ന ഹിമാലയൻ കാക്കകളാണ് കാഴ്ച. കാക്കകളെന്ന് വിളിക്കാമോയെന്ന് നിശ്ചയംപോര. നമ്മുടെ നാട്ടിലെ ചെമ്പോത്തിനെപ്പോലെ ആകൃതിയുള്ള ചുവന്നു കറുത്ത ഒരിനം. ഞങ്ങൾ ഓടിക്കയറിയെത്തിയതിന്റെ ചവിട്ടടിയൊച്ചയൊന്നും അവയെ അലോസരപ്പെടുത്തുന്നില്ല. ചുവന്ന കണ്ണുകളാൽ ഞങ്ങളെയൊന്നുഴിഞ്ഞ് കൊത്തിത്തീറ്റ തുടർന്നു.

ലാഖാങ്ങിലേക്കുള്ള വഴി പടിക്കെട്ടുകളാണ്. പത്തിരുപത്

ഢങ്കർ മൊണാസ്ട്രിയുടെ അധിപൻ റിങ്പോ

റിങ്പോയുടെ താമസയിടം

പടിയൊക്കെ എണ്ണിനോക്കി. ഒന്ന് നിന്ന് നടുനിവർത്താൻ ഇടയ്ക്കിടെ നിരന്ന പ്രദേശങ്ങളുള്ളത് നന്നായി. കയറിക്കയറി ഡങ്കറിന്റെ മീതെയെത്തുകയാണ്. വലത്തേച്ചരുവിൽ സ്പിത്തിപ്പുഴ അന്നത്തെ യാത്ര നിർത്താനുള്ള തയ്യാറെടുപ്പാണ്. സ്പിത്തി തണുത്തുതുടങ്ങി. മഞ്ഞുകട്ടകൾ പുഴയിൽ സാവധാനം തെന്നിപ്പോവുന്നു.

നേർത്ത ശ്വാസതടസ്സമുണ്ട്. ഞങ്ങൾ നില്ക്കുന്നത് 13300 അടി ഉയരത്തിലാണ്. ഈ കാഴ്ചകൾ സത്യമോ മിഥ്യയോ എന്നു തോന്നിത്തുടങ്ങുന്നു. ഏത് സഞ്ചാരിക്കും പ്രത്യേകിച്ച് ഹിമാലയത്തിൽ ചുറ്റിയടിക്കുന്നവരിൽ സംഭവിക്കുന്ന ഇന്ദ്രിയപരതയാണിത്. ഒരുപക്ഷേ, സ്വർഗ്ഗമെന്ന വിവക്ഷ ഇത്തരം കാഴ്ചകളിൽനിന്ന് ഉടലെടുത്തതാവാം. എന്തായാലും ഈ കുന്നിന്റെ നെറുകയിൽനിന്ന് ഈ സ്വർഗ്ഗത്തെ ഒന്നു വണങ്ങട്ടെ. മുന്നിലുള്ള കാഴ്ച വർണ്ണിക്കാൻ വാക്കുകൾ പോര. എങ്കിലും ഈ പടിക്കെട്ടിൽ ഞാനൊന്നിരിക്കട്ടെ. കാണാത്ത കാഴ്ചകൾ കാണുന്നതിൽ ഒന്ന് അഹങ്കരിച്ചോട്ടെ. ഡങ്കർ കുന്നുകളും താഴ്വരയുമെല്ലാം വ്യക്തമായി താഴെയുണ്ട്. മണ്ണുമൂടിയ പടിക്കെട്ട് ചെന്നുകയറുന്നത് വെളുത്ത ചായമടിച്ച കോട്ടപോലെ തോന്നിക്കുന്ന ചെറിയൊരു മന്ദിരത്തിലാണ്. ഒട്ടും ആകർഷകമല്ലാതെ മഞ്ഞനിറമടിച്ച തകര ബോർഡിൽ ഇത്രമാത്രം രേഖപ്പെടുത്തിയിരിക്കുന്നു, 'ഡങ്കർ മൊണാസ്ട്രി. ആയിരം വർഷം പഴക്കം. ദയവായി ശബ്ദമുണ്ടാക്കരുത്. ഉള്ളിലുള്ളവയിലൊന്നും

സ്പർശിക്കരുത്. പുക വലിക്കരുത്.'

ചോർന്നൊലിച്ച് വീഴാറായ മൺചുവരുകളുടെ മദ്ധ്യത്തിലാണ് ഞങ്ങൾ. മേല്ക്കൂര ഉയരം കുറഞ്ഞതാണ്. കാലപ്പഴക്കത്താൽ ദ്രവിച്ചു തുടങ്ങിയ കാട്ടുകമ്പുകളുടെ അസ്ഥികൂടം പുറത്തുകാണാം. ചുവരിൽ കാലമേല്പിച്ച കുഴിയും മുഴകളും നിരവധിയുണ്ട്. ചെറിയ ജനാലയിലൂടെ വെളിച്ചക്കീറുകൾ ഉള്ളിലേക്കെത്തുന്നു. ഏതോ കാട്ടുമരത്തിന്റെ കാതലാണ് ആ മന്ദിരത്തിന്റെ മേല്ക്കൂര താങ്ങുന്നത്. ആ മരക്കുറ്റികണ്ടാലറിയാം അതിന്റെ പ്രായം നമുക്ക് പിടിതരില്ലെന്ന്. മുന്നിലേക്ക് നടന്നതേയുള്ളൂ. ചുവരിലാകെ ബുദ്ധചരിതം നിറഞ്ഞ വർണ്ണ ചിത്രങ്ങൾ. കുറേയൊക്കെ തകർന്നുപോയിട്ടുണ്ട്. എല്ലാം ബുദ്ധാവതാരങ്ങളാണ്. മറ്റ പല ബുദ്ധവിഹാരങ്ങളിലും കണ്ടതുപോലെയൊക്കെയാണ് ചിത്രങ്ങളെങ്കിലും പൗരാണിക സ്പർശത്തിന് ഇത്തിരി മൂപ്പുണ്ട്. വൈരോചന ബുദ്ധനും ധ്യാന ബുദ്ധനുമൊക്കെയാണ് പല നിറത്തിൽ തിളങ്ങുന്നത്. ശിരസ്സിനുമുകളിൽ ചുറ്റുമുള്ള പ്രഭാവലയത്തിലെ വ്യത്യാസമാണ് ഇവരെ അന്യോന്യം വേർതിരിക്കുന്നത്. ഇടത്തുനിന്ന് വലത്തേച്ചുവരിലേക്ക് ബുദ്ധചരിതം പന്ത്രണ്ട് ഘട്ടമായി നിറംചാലിച്ചിട്ടുണ്ട്. പിന്നെ ബുദ്ധ പണ്ഡിതന്മാരായ സോങ് പ, അതീസ, ഇന്ത്യൻ മഹാസിദ്ധരായ തിലോപ, നരോ പ, മിലാരെ പ ഇങ്ങനെ നിരവധിപേരുടെ ചിത്രങ്ങൾ.

അടുത്ത ചുവരിനപ്പുറം ഒരു പ്രാർത്ഥനാ ചക്രം ഉറപ്പിച്ചിട്ടുണ്ട്. അതി

ഢങ്കർ മൊണാസ്ട്രിക്ക് ഉൾവശം

ഡങ്കർ മൊണാസ്ട്രിയിലെ പഴയ ജയിൽ

നുമുന്നിൽനിന്ന് നോക്കിയാൽ ഡങ്കറിന്റെ പടിഞ്ഞാറൻ തിബത്തൻ പ്രദേശങ്ങൾ കാണാം. പക്ഷേ, എല്ലാം മലകളും കുന്നുകളുമാണെന്നു മാത്രം. സൂര്യവെളിച്ചത്തിന്റെ വിതാനം സൃഷ്ടിക്കുന്ന തണലുകളിൽ മഴവില്ല് തെളിയുന്നു.

വാച്ച് ടവറുകളുടെ മുകളിൽ ചുറ്റും നടക്കാൻ കൈവരി നിർമ്മിച്ചിട്ടുള്ളപോലെയാണ് ഡങ്കറിലും. ശത്രുക്കളുടെ ആക്രമണം ഭയന്ന് ഏതോ കാലത്ത് നിർമ്മിച്ച നിരീക്ഷണ സംവിധാനമാകാമത്. ഒരുവലംവയ്ക്കുമ്പോൾതന്നെ പേടിതോന്നും. താഴെ നൂലുപോലെ സ്പിത്തിപ്പുഴയുടെ ഒഴുക്കുകാണാം. ആകാശനീലയ്ക്ക് ഇത്രയും ചന്തമുണ്ടോയെന്ന് വെറുതേ ഓർത്തുപോയി. ആരെയും ഭാവഗായകനാക്കുന്ന ആകാശച്ചന്തം. നേരത്തേ കണ്ട പക്ഷികൾ ഡങ്കറിന്റെ ചുവരുകളിൽ കൊത്തി ചുണ്ടുകളുടെ ബലംനോക്കുന്നു. എത്രനേരം ഡങ്കറിന്റെ ചവിട്ടുപടികളിലിരുന്നുവെന്ന് നിശ്ചയംപോര.

താഴേക്കിറങ്ങുമ്പോൾ കൂട്ടിന് മരവിപ്പിക്കുന്ന കോടമഞ്ഞും ചിരിച്ചുകൊണ്ട് ഗോവിന്ദുമെത്തി. നിരപ്പിൽനിന്ന് മറ്റൊരു ചെറിയ കുന്നിലേക്ക് ഇത്തിരിദൂരം നടന്നുകയറാമെങ്കിൽ പുതിയ വഴിയിലൂടെ മടക്കയാത്രയാകാമെന്ന് ഡ്രൈവർ പറഞ്ഞു. പ്രതീക്ഷിച്ചതിലും ഒന്നരമണിക്കൂർ നേരത്തേ ലോസർ എന്ന ഹിമാലയൻ ഗ്രാമത്തിലെത്താനും പുതിയ വഴി തുണയ്ക്കും. കുന്നിറങ്ങി. വീണ്ടും സ്പിത്തിയുടെ കരയിലെ വഴുക്കുന്ന

ഡങ്കർ മൊണാസ്ട്രിക്കുള്ളിൽ സഞ്ചാരികൾ

കുന്നുകൾക്കിടയിൽ പണിതുയർത്തിയ ഡങ്കർ മൊണാസ്ട്രി

ഡങ്കർ മൊണാസ്ട്രിക്കു മുകളിലേക്കുള്ള പടിക്കെട്ടുകൾ

ഡങ്കർ മൊണാസ്ട്രിയുടെ കൊത്തളം

ഢങ്കറിൽനിന്നുള്ള താഴ്‌വരക്കാഴ്ച

വഴിയിലൂടെ യാത്ര തുടർന്നു. മേലേക്കുന്നിൽ വർണ്ണ തോരണങ്ങൾ കാറ്റിലിളകുന്നു. ഢങ്കർ മറയുകയാണ്.

മുമ്പെവിടെയോ വായിച്ച ഒരു സെൻകഥ നിശ്ശബ്ദം ഉള്ളിലേക്ക് കയറിവന്നു. കാറ്റിൽ ചലിക്കുന്ന ഒരു കൊടിയെക്കുറിച്ച് രണ്ടുപേർ തർക്കിച്ചു. കാറ്റാണ് ചലിക്കുന്നതെന്ന് ഒന്നാമനും കൊടിയാണ് ചലിക്കുന്നതെന്ന് രണ്ടാമനും. അതുവഴിവന്ന ഗുരു അവരുടെ തർക്കം കേട്ടു. അദ്ദേഹം പറഞ്ഞു, 'കാറ്റുമല്ല, കൊടിയുമല്ല ചലിക്കുന്നത്, മനസ്സാണ്'. കണ്ണുകളടച്ച് കുറേനേരമിരുന്നു. ഉണർന്നത് ലോസറിലെ കൊടും തണുപ്പിലേക്ക്.

കി മൊണാസ്ട്രി

കി മൊണാസ്ട്രി

കുന്നുകയറി മുകളിലെത്തുമ്പോൾ തണുത്ത കാറ്റ് ചെവിയിൽ കുത്തിനോവിച്ച് ചൂളം വിളിക്കുന്നു. ചോക്‌ലെറ്റ് മിഠായി ശക്തമായി നുണഞ്ഞിറക്കിയിട്ടും ഉള്ളിലെ മുഴക്കം അവസാനിക്കുന്നില്ല. 14800 അടിയോളം മുകളിലാണ് ഞങ്ങളിപ്പോൾ. പൊടിക്കാറ്റ് കൂടിയതോടെ ശ്വാസമെടുക്കാൻതന്നെ ബുദ്ധിമുട്ട്. മഞ്ഞച്ചായത്തിനുമേൽ തുരുമ്പ് ഒട്ടിപ്പിടിച്ച തകരബോർഡിൽ അക്ഷരങ്ങൾ തെളിഞ്ഞുകിടപ്പുണ്ട്. "ഇവിടെയെത്തുമ്പോൾ ദയവായി ബുദ്ധഭിക്ഷുക്കളെ ആദരിക്കുക. പരിശുദ്ധയിടങ്ങളെ ബഹുമാനിക്കുക. ഈ സ്വച്ഛാന്തരീക്ഷത്തെ മൗനംകൊണ്ട് കൂടുതൽ ശാന്തമാക്കുക. 'കി' മൊണാസ്ട്രി നിങ്ങൾക്ക് സ്വാഗതമോതുന്നു." കുമ്മായം പൂശിയപോലുള്ള പൊടിപിടിച്ച കുന്നുകളാണ് ചുറ്റും. അകലെ കരിങ്കല്ലുകൾ കെട്ടിയുയർത്തിയ വളപ്പിനുള്ളിൽ ആകാശമുരുമ്മി ഒരു ബുദ്ധവിഹാരം. ആധുനികതയുടെ സമൃദ്ധി കൽക്കെട്ടുകൾക്കു ചുവട്ടിലെ വൈദ്യുതി ട്രാൻസ്ഫോർമർ സാക്ഷ്യപ്പെടുത്തുന്നു. ദൂരെക്കാഴ്ചയിൽ കി ഒരു രാവണൻകോട്ടപോലെ.

ഊഷരഭൂമിയിൽ തളിരിലകൾ നാമ്പിട്ടുനില്ക്കുന്ന വൃക്ഷച്ചെടികൾ നട്ടുനനച്ചിട്ടുണ്ട്. ഇരുമ്പുകൂടുകൾക്കുമീതെ തലയിട്ട് സഞ്ചാരികളെ നോക്കിനില്ക്കുകയാണവ. എല്ലാം ഹിമാലയ സാനുക്കളുടെ ഓമനകൾ. കൂട്ടത്തിൽ പൈനും ദേവദാരുവുമുണ്ട്. താഴേക്ക് ഇടിഞ്ഞിറങ്ങുന്ന കുന്നിൽ അവിടവിടായി കോൺക്രീറ്റ് തൂണുകൾ ഉറപ്പിച്ചിട്ടുണ്ട്. അരികിൽ കടുംമഞ്ഞനിറത്തിൽ കോളാമ്പിപ്പൂക്കൾ ചിരിക്കുന്നു.

പരമ്പരാഗത ബുദ്ധവിഹാരങ്ങളുടെ രൂപവും ആകൃതിയുമാണ് കിയു

കി മൊണാസ്ട്രിയുടെ കവാടം

ടേതും. ഓട്ടുക്കാവിയും വെളുപ്പും തേച്ച കൂറ്റൻ ചുവരുകളിൽ അടച്ചിട്ട ജനാലകൾ നിരനിരയായി. ജനാലപ്പടികൾക്കുമീതെ കാട്ടുചെടികൾ പറ്റിപ്പിടിച്ചു വളരുന്നു. ഏതാണ്ട് അര കിലോമീറ്ററോളം നടന്നുകയറുമ്പോൾ മുന്നിൽ ആകർഷകമായി തവിട്ടുനിറത്തിലെ കവാടം. അതിനുമീതെ കാലചക്രത്തിനരികിൽ രണ്ട് മാൻകുട്ടി പ്രതിമകൾ. ചുവട്ടിൽ തിബത്തൻ ഭാഷയിൽ എന്തോ എഴുതിവച്ചിട്ടുണ്ട്. ശംഖും വ്യാളികളും പൂക്കളും ചക്രവും പ്രാർത്ഥനാ ചക്രത്തിന്റെ രൂപവുമൊക്കെയാണ് കവാടത്തിൽ. അവിടെ തുടങ്ങുന്ന മുപ്പത് പടവുകൾക്ക് മുകളിലാണ് മൊണാസ്ട്രി. വെളുത്ത ചായംപൂശിയ ചുവരിലെ ജനാലകൾക്കും വാതിലിനുമെല്ലാം കറുത്ത ബോർഡർ. ആദ്യം കാണുമ്പോൾ ഒരു സിനിമാ സെറ്റുപോലെ..

"ഭായിസാബ്. ഇഥർ ആവോ. ദേഖോ..." കൊടുംതണുപ്പിലും തറയിൽ ചമ്രംപടഞ്ഞിരുന്ന് കൈയാട്ടി വിളിക്കുകയാണ് ഫൂലാബഹൻ. മടിയിൽ തൂവിക്കിടക്കുന്ന മുത്തുമണികൾ കങ്കൂസുനാരിൽ കോർത്ത് സാളഗ്രാം ഉൾപ്പെടെയുള്ള തന്റെ സമ്പാദ്യം കാണാൻ ക്ഷണിക്കയാണവർ.

മദ്ധ്യവയസ്കനായ മകനും ഒപ്പമുണ്ട്. കി മൊണാസ്ട്രിക്കുമുന്നിൽ ഇത്തരം വസ്തുക്കളുടെ വില്പനയുമായി ബഹൻ കൂടിയിട്ട് നാല് പതിറ്റാണ്ടാകുന്നു. സാളഗ്രാമിനെച്ചൊല്ലി ഒപ്പമുള്ള രവിവർമ്മയും ക്യാപ്ടൻ നന്ദകുമാറും തമ്മിൽ തർക്കമായി. തന്റെ പന്തളം രാജകൊട്ടാരത്തിൽ സാളഗ്രാം വച്ചുപൂജിക്കുന്നതും ഫൂലാബഹന്റെ കൈയിലുള്ളത് ഒറിജിനൽ ആണെന്നുമൊക്കെയാണ് രവിവർമ്മയുടെ വാദം. പൊതുവെ അവിശ്വാസിയായ നന്ദൻ അത് വിട്ടുകൊടുക്കുന്നില്ല. അവസാനം ഇതേക്കുറിച്ച് ഒന്നുംതന്നെ അറിയാത്ത ഞാൻ ഇടപെട്ടു. അത് ഒറിജിനൽ ആണെന്ന വ്യാജ സാക്ഷ്യപ്പെടുത്തൽ നടത്തിയതോടെ നന്ദൻ ഒതുങ്ങി. മുത്തുമണികൾ കോർത്ത ചെറിയ കമ്മലും മാലയുമൊക്കെ വാങ്ങി ബഹന് മധുരമായ ഒരു ചുംബനം സമ്മാനിച്ച് ഞങ്ങൾ മുകളിലേക്ക് നടന്നു.

ചരിത്രത്തോടൊപ്പം പിറന്നതാണ് മുന്നിലെ ഈ പടവുകൾ. പതിനൊന്നാം നൂറ്റാണ്ടിൽ സ്ഥാപിച്ചതാണ് കി മൊണാസ്ട്രി. 1840 ൽ തീപിടിത്തത്തെതുടർന്നും 1975 ലെ കിനൗർ ഭൂമികുലുക്കത്തിനുശേഷവും 1980 ലും പുതുക്കിപ്പണിതുവെന്നതുമാത്രമാണ് ചരിത്രത്തിന്റെ ഇടപെടലുകൾ. ഗെലൂഗ് വിഭാഗത്തിൽപ്പെട്ട തിബത്തൻ ബുദ്ധിസത്തിന്റെ സർവ്വകലാശാലയാണ് ഇവിടമെന്ന് വിശ്വസിക്കാം. സ്പിത്തി കുന്നുകളിലെ ഏറ്റവും

ഫൂലാബഹനും മകനും

കി മൊണാസ്ട്രിയിൽ നിന്നുള്ള താഴ്‌വരക്കാഴ്ച

വലിയ ബുദ്ധവിഹാരമായ ഇത് ലാമമാരുടെ പരിശീലനകേന്ദ്രമാണ്. ബുദ്ധശിഷ്യനായ അതീഷന്റെ ശിഷ്യഗണത്തിൽപ്പെട്ട ഡ്രോംൺ ഭിക്ഷുവാണ് സ്ഥാപകൻ. 14-ാം നൂറ്റാണ്ടിൽ ശാക്യന്മാരുടെ ആധിപത്യകാലത്ത് രംഗ്‌രിക് ഗ്രാമത്തിലുണ്ടായിരുന്ന കാദംബ വിഹാരമുൾപ്പെടെ നാശോന്മുഖമായിട്ടും പിടിച്ചുനിന്നതാണ് കി. അഞ്ചാം ദലൈലാമയുടെ കാലത്ത് 17-ാം നൂറ്റാണ്ടിൽ മംഗോളിയർ മൊണാസ്ട്രി ആക്രമിച്ച് വരുതിയിലാക്കി. അതോടെ സാമ്പ്രദായിക തിബത്തൻ രീതി വിട്ട് ഗെലൂപ ബുദ്ധാചാരത്തിലേക്ക് ഇത് മാറി.

1820 ൽ സ്പിത്തി താഴ്‌വരയാകെ യുദ്ധഭൂമിയായി. ലഡാക്ക്-കുളു രാജവംശങ്ങളുടെ പോരാട്ടങ്ങൾക്കുനടുവിൽ കി യും പെട്ടു. പിന്നെ 1841 ൽ ഗുലംഖാനും റഹിംഖാനും നേതൃത്വംനല്കിയ ദോഗ്രാ പട്ടാളത്തിന്റെ പിടിയിലമർന്നു. ദുരന്തങ്ങളുടെ കാലമായിരുന്നു തുടർന്നത്. ഭൂമികുലുക്കത്തിൽ ഏതാണ്ട് തകർന്നടിഞ്ഞു. കുറേക്കാലം ആരും തിരിഞ്ഞുനോക്കാതെ കിടന്നു. ഏറ്റവുമൊടുവിൽ ഇന്ത്യൻ ആർക്കിയോളജിക്കൽ സർവ്വെ ഏറ്റെടുത്തശേഷമാണ് ഒരുവിധം രക്ഷപ്പെട്ടത്. ഇതിനൊക്കെയിടയിലും കാലം കി യുടെ അപൂർവ്വ പാരമ്പര്യസ്വത്വത്തെ കാത്തുസൂക്ഷിച്ചു. പതിനാലാം നൂറ്റാണ്ടിലെ ചൈനീസ് ചുവർചിത്ര കലയും ബുദ്ധരൂപങ്ങളും ഗ്രന്ഥങ്ങളുമെല്ലാം അതിനു തെളിവാണ്.

മുപ്പതാമത്തെ പടവിൽ കയറിനിന്ന് താഴേക്ക് നോക്കി. വരച്ചിട്ട വർണ്ണക്കളങ്ങൾപോലെ പാടങ്ങൾ. അതിനിടയിലൂടെ വരിഞ്ഞുമുറുക്കിയ ഞരമ്പായി സ്പിത്തി നദി. അകലെ പൊട്ടുപോലെ ലോസർ ഗ്രാമം. മഞ്ഞ വരമ്പിട്ട പാടങ്ങളിൽ കടുംപച്ചയിലും ഇളംപച്ചയിലും ഉരുളക്കിഴങ്ങും ഗോതമ്പുമൊക്കെയുണ്ട്. ഒരു ആകാശക്കാഴ്ചയുടെ അത്ഭുതത്തിലാണ് ഞങ്ങളെല്ലാം.

തുറന്നുകിടന്ന വാതിലിനുള്ളിലേക്ക് കടക്കുമ്പോൾ അരികിലായി നിരവധി പ്രാർത്ഥനാചക്രങ്ങൾ കാറ്റിലിളകുന്നു. 'ഓം മണിപത്മേ ഹൂം'[1] മന്ത്രോച്ചാരണങ്ങൾ കാറ്റ് മുഴക്കുന്നുണ്ടോ? 'മണി ലഖാങ്' എന്ന് ഇംഗ്ലീഷിൽ രേഖപ്പെടുത്തിയ ഒരു കെട്ടിടത്തിനു മുന്നിലാണിപ്പോൾ. ചുവന്ന വസ്ത്രംധരിച്ച ബുദ്ധ സന്ന്യാസിമാർ പൊടിപാറുന്ന തറയിൽ അലക്ഷ്യരായി ഇരിപ്പുണ്ട്. പൗരാണികതയുടെ തുടിപ്പാണ് അവിടെ ഓരോന്നിനും. വെളുത്ത ചുവരാണ് ചുറ്റും. തൊട്ടടുത്ത് ശിലാഫലകമുണ്ട്. 2000 ൽ 14-ാം ദലൈലാമ ഉദ്ഘാടനം ചെയ്ത പുതിയ പ്രാർത്ഥനാമുറി. അമേരിക്കക്കാരായ റിത്സ്കറിന്റെയും ജെ തോമസ് ദമ്പതികളുടെയും ഉദാരവായ്പാണിത്.

പരമ്പരാഗത രീതിയിൽ കമ്പും തടികളും നിരത്തി നിർമ്മിച്ച മേല്ക്കൂരയാണതിന്. അതിനുമീതെ ഒരു സോളാർ വാട്ടർഹീറ്റർ പിടിപ്പിച്ചി

കി മൊണാസ്ട്രി

ട്ടുണ്ട്. അതിന്റെ മൂലയ്ക്കുതന്നെ സോളാർ പാനലും സൗരവിളക്കും. ഈ കുന്നിനുമുകളിലെ മന്ദിരത്തിനുമുന്നിലെ വിശാലമായ മുറ്റത്തിനു ചുറ്റുമാണ് മൊണാസ്ട്രി. മുകളിൽ കുന്നുകളിലേക്കും താഴെ താഴ്വരയിലേക്കും തുറക്കുന്ന ആശ്രമമുറ്റത്തേക്ക് കാറ്റിനൊപ്പം ഇളം മഞ്ഞും ഒഴുകിയെത്തുന്നുണ്ട്. ഗോംപയുടെ ഇടത്തേ ചുവരിന്റെ മൂലയിൽ ഇന്ത്യൻ തപാൽ വകുപ്പിന്റെ ചുവന്ന തപാൽപ്പെട്ടി തൂങ്ങിക്കിടക്കുന്നു. 172114 ആണ് പിൻ നമ്പർ. ഈ പെട്ടിയിൽ നിക്ഷേപിക്കുന്ന എഴുത്തുകൾ എന്ന് എവിടെ ലഭിക്കുമെന്ന് ആർക്കും നിശ്ചയംപോര. എങ്കിലും ഒരു കൗതുകത്തിന് കൈയിലുണ്ടായിരുന്ന കുറേ പോസ്റ്റ്കാർഡുകൾ ഒപ്പമുള്ള രവിവർമ്മ വിലാസമെഴുതി അതിൽ നിക്ഷേപിച്ചു. ഇതെഴുതുംവരെ ആ കാർഡുകൾ മേൽവിലാസക്കാർക്ക് ലഭിച്ചിട്ടില്ല. (മേൽവിലാസം ഞങ്ങളുടേത് തന്നെയായിരുന്നു.)

ഗോംപയ്ക്കുമുകളിൽ ത്രിശൂലം കുത്തിനിർത്തിയിട്ടുണ്ട്. മന്ത്രോച്ചാരണം ഉള്ളിൽനിന്ന് നേർത്ത് ഒഴുകിവരുന്നു. ലാമമാർ വാതിലിനരികിൽ ഉള്ളിലേക്ക് നോക്കിയിരിപ്പാണ്. കാറ്റിന്റെ ചൂളംവിളിയിൽ ആ പ്രാർത്ഥനയും താഴ്വര കടന്നുപോവുന്നു. നടുമുറ്റത്ത് വെളുത്തനിറത്തിൽ ചില ചക്രങ്ങളും രൂപങ്ങളുമൊക്കെ വരച്ചിട്ടിട്ടുണ്ട്. ഒറ്റനോട്ടത്തിൽ നമ്മുടെ

കി മൊണാസ്ട്രിക്കുള്ളിലെ ഭക്ഷണമുറി

കി മൊണാസ്ട്രിയുടെ അധിപൻ

തമിഴ് മുറ്റങ്ങളിലെ അരിപ്പൊടിക്കോലംപോലെ.

ഗോംപയ്ക്കുള്ളിലെ കൂറ്റൻ പ്രാർത്ഥനാചക്രം ഉരുട്ടുന്നത് മൂലയിലിരിക്കുന്ന ബുദ്ധഭിക്ഷുവാണ്. അദ്ദേഹത്തിന്റെ മെലിഞ്ഞ കൈകളിൽ തന്നെ പ്രായമറിയാം. എന്തായാലും ഒരുനൂറ്റാണ്ടിലേറെക്കണ്ട് തിളക്കം മരവിച്ച കണ്ണുകൾ. അല്പനേരം നിശ്ശബ്ദരായി ആ ചക്രത്തിനും ബുദ്ധഭിക്ഷുവിനും മുന്നിൽ നിന്നു. ഒരു ചിത്രമെടുക്കാൻ ക്യാമറയെടുക്കുമ്പോൾ അതുവരെ മന്ത്രോച്ചാരണത്തിൽ മാത്രം ശ്രദ്ധിച്ചിരുന്ന ആ മെലിഞ്ഞ കൈ ഉയർന്നു. ഫോട്ടോ പാടില്ലെന്ന ശാസന.

'നാപ്കോ ഗുർസും' എന്ന് ചുവരിൽ രേഖപ്പെടുത്തിയ ഇടതുവശത്തെ മന്ദിരത്തിലേക്ക് നടന്നു. ഇടനാഴി രണ്ടായി തിരിയുന്നു. ഒന്ന് മുകളിലേക്കുള്ള പടിക്കെട്ടാണ്. പടവുകൾക്കരികിൽ ചെറിയ അമ്പലമുണ്ട്. ഭദ്രകാളി രൂപമുള്ള ആരാധനാമൂർത്തിയാണ് അതിനുള്ളിൽ. മറ്റൊന്ന് ഭക്ഷണമുറിയിലേക്കും. മുകളിലേക്ക് കടക്കാൻ അനുവാദമില്ലെന്ന് ഒരാൾ വന്നറിയിച്ചു. അവിടെ താർക്കികം നടക്കുകയാണ്. ശിഷ്യന്മാരും ഭിക്ഷുക്കളും തമ്മിലുള്ള പതിവ് ചർച്ച-പരിശീലന പരിപാടി.

ഭക്ഷണമുറിയിൽ ഞങ്ങളോട് വിശ്രമിക്കാൻ നിർദ്ദേശിച്ച് യുവാവായ ബുദ്ധഭിക്ഷു മുകളിലേക്ക് കയറിപ്പോയി. സന്ന്യാസിമാർക്കു മാത്രം പ്രവേശനമുള്ള 'ഖോങ് ഖാങ്' ആണ് മുകളിലെന്ന് എഴുതിവച്ചിട്ടുണ്ട്.

ഭിക്ഷുക്കളുടെ ഭക്ഷണമുറി തികച്ചും കൗതുകമുണർത്തി. മുറിക്കുനടുവിലെ വിശാലമായ പെട്ടിക്കുമുകളിൽ കുറേ ഡിഷുകൾ നിരത്തിവച്ചിട്ടുണ്ട്. മൺകപ്പുകളും സോസറും ചൂടാറാതെ സൂക്ഷിക്കുന്ന ഫ്ളാസ്ക്കുകളും ഒക്കെ അതിന്റെ പുറത്തുണ്ട്. നിരത്തിയിട്ട പ്ലാസ്റ്റിക് കസേരകളിൽ ഞങ്ങളിരുന്നു. ചുവരിൽ തിബത്തൻ ഭാഷയിലെഴുതിയ ബുദ്ധസൂക്തം. വലത്തെ ചുവരിൽ ഉറപ്പിച്ച ഷെൽഫിൽ പുട്ടുകുടങ്ങളും കുറേ പാത്രങ്ങളും. എന്തുതരം ഭക്ഷണവുമുണ്ടാക്കാനുള്ള പാത്രങ്ങൾ അവിടെയുണ്ട്. മുറിയുടെ മൂലയിൽ കനലുകൾ കെട്ടിട്ടില്ല. അതിനരികിൽ കെറ്റിലുകളിൽ വെള്ളം തിളച്ച് ആവി പുറത്തേക്ക് വരുന്നു.

ഇത്തിരിക്കഴിഞ്ഞപ്പോൾ മുകളിൽ കാല്പെരുമാറ്റം. ഏതാണ്ട് പത്തിരുപതുപേർ ഇടനാഴി കടന്ന് പുറത്തേക്ക് പോവുകയാണ്. ചുവന്ന വസ്ത്രംധരിച്ച ലാമമാരും ചുരിദാർ ധരിച്ച പെൺകുട്ടികളുമൊക്കെയുണ്ട്. 'പെൺകുട്ടികൾ ഇവിടെ ഗവേഷണത്തിന് വന്നവരാണ്. താർക്കികം നടക്കുമ്പോൾ അവരെ പ്രവേശിപ്പിക്കും. നിങ്ങൾക്കും വേണമെങ്കിൽ കൂടാം. അതിന് നിയന്ത്രണമില്ല.' ലാമമാരിൽ ഒരാൾ പറഞ്ഞു.

'കി' യുടെ തലവൻ വളരെ ചെറുപ്പമാണ്. ചുവന്ന ഉടയാടകൾക്കു മീതെ നീലനിറത്തിലുള്ള ഓവർകോട്ടും സോക്സുമൊക്കെ ധരിച്ചിട്ടുണ്ട്.

കി മൊണാസ്ട്രിയിലെ ലഖാങ്

കി മൊണാസ്ട്രിയിലെ പ്രത്യേക പ്രാർത്ഥനാലയം

കേരളത്തിൽനിന്നാണെന്ന് പറഞ്ഞപ്പോൾ പ്രത്യേക കൗതുകത്തോടെ ഞങ്ങളെ സ്വീകരിച്ചു. ഭക്ഷണമുറിയുടെ നടുവിൽ പത്തായംപോലെയിരുന്ന പെട്ടി തുറന്ന് കുറേ ഭക്ഷ്യവസ്തുക്കൾ പുറത്തെടുത്തു. അവിടെത്തന്നെ ഉണ്ടാക്കിയ ഹൽവ പോലുള്ള ഒന്നാണ് ഏറ്റവും സ്വാദിഷ്ടമായി തോന്നിയത്. വിശക്കുന്നെങ്കിൽ വേറെ ഭക്ഷണമുണ്ടാക്കാമെന്ന് മഠാധിപതി പറഞ്ഞെങ്കിലും ഞങ്ങൾ താല്പര്യം കാട്ടിയില്ല. യഥാർത്ഥത്തിൽ വിശപ്പ് കത്തിക്കാളുന്നെങ്കിലും ആ ഉപചാരം വേണ്ടെന്നു വച്ചതിനുപിന്നിൽ പ്രത്യേക കാരണമുണ്ട്. ഭക്ഷ്യ സാമഗ്രികൾ ഈ കുന്നിൻമുകളിൽ എത്തിക്കാൻ അവർ പെടുന്നപാട് ഓർത്തുമാത്രമാണ് ഒഴിവാക്കിയത്.

മഠാധിപതി സംസാരിച്ചത് ഗോംപയുടെ നിലവിലെ അവസ്ഥയെക്കുറിച്ചുമാത്രമാണ്. ദേശീയ പുരാവസ്തു വകുപ്പിന്റെ സംരക്ഷണയിലാണ് കി യെങ്കിലും കാര്യമായ ശ്രദ്ധയൊന്നും ആ ഭാഗത്തുനിന്നില്ല. 150 ലേറെ ബുദ്ധവിദ്യാർത്ഥികൾ പഠിക്കുന്ന ഇവിടം സർവ്വകലാശാലയാക്കാനുള്ള നീക്കമൊക്കെ നടക്കുന്നു. എന്നാൽ ഇതിനേക്കാൾ പ്രചാരവും പൊതുസാമീപ്യവുമുള്ള വേറൊരു ബുദ്ധാശ്രമ (താബുവാണെന്ന് അദ്ദേഹത്തിന്റെ വാക്കുകളിൽ വ്യക്തമായി) മാണ് ലിസ്റ്റിൽ ഒന്നാമത്. സഞ്ചാരികൾ നല്കുന്ന സംഭാവനയും മറ്റുമാണ് കി യെ മുന്നോട്ട് നയിക്കുന്നത്. വിദേശ

സംഭാവനകൾ സ്വീകരിക്കാൻ പാടില്ലെന്ന് നരസിംഹറാവു ഗവൺമെന്റിന്റെ കാലത്ത് നിർദ്ദേശമുണ്ടായി. അതോടെ ആ വഴിയും അടഞ്ഞു. ഇവിടെ പരിശീലിക്കുന്ന ലാമമാർ പലരും തദ്ദേശീയരാണ്. തീവ്ര പരിശീലനകാലം തുടങ്ങുന്ന മഞ്ഞുകാലത്തിനുമുമ്പുവരെ ഇവിടെയുള്ളവർ പുറത്ത് ജോലികൾക്കായി പോകും. അതിലൂടെ ലഭിക്കുന്ന വരുമാനവും ഉല്പന്നങ്ങളുമാണ് ബുദ്ധാശ്രമത്തിന്റെ ഭക്ഷ്യസമൃദ്ധി നിലനിർത്തുന്നത്.

ഫ്ളാസ്കിൽനിന്ന് ഊറ്റിയെടുത്ത തിളയ്ക്കുന്ന പാനീയം സ്റ്റീൽ ഗ്ലാസുകളിൽ ഒരാൾ പകർന്നുനല്കി. പറഞ്ഞറിയിക്കാൻ വയ്യാത്ത രുചിയാണതിന്. വിശപ്പും ദാഹവുമെല്ലാം ഞൊടിയിടയിൽ ഇല്ലാതാക്കിയ അപൂർവ്വ ലായനി. ഇന്തോ-തിബത്തൻ ബുദ്ധിസത്തിന്റെ തകർച്ചയും ഇന്ത്യൻ സാഹചര്യങ്ങൾക്കനുസരിച്ചുള്ള ബുദ്ധിസ്റ്റ് വ്യാഖ്യാനവുമെല്ലാം ഇതിനിടെ മഠാധിപതി പറയുന്നുണ്ടായിരുന്നു.

'സിംഷങ്' എന്നെഴുതിയ പടിപ്പുരയ്ക്ക് മുന്നിലേക്ക് നടക്കുകയാണ് ഞങ്ങൾ. അവിടെ ജനാലകൾ മാത്രമുള്ള ഒരു തകരഷെഡ് ഒത്ത നടുക്കുണ്ട്. കി മൊണാസ്ട്രിയുടെ താഴേത്തട്ടിലെ ഇടനാഴികളെല്ലാം അതിലൂടെ നോക്കിയാൽ കാണാം. താഴെ എന്തുനടക്കുന്നുവെന്ന് മഠാധിപതിക്ക് അറിയാനുള്ള ജനാലകളാണവ.

ആഡംബരം തൊട്ടുതീണ്ടിയിട്ടില്ലാത്ത പ്രധാന പ്രാർത്ഥനാലയത്തി

കി മൊണാസ്ട്രിക്കുള്ളിലെ ജനാല വാതിൽ

കി മൊണാസ്ട്രിയിൽനിന്നുള്ള അകലക്കാഴ്ച

ലേക്കാണ് ഞങ്ങളെ നയിക്കുന്നത്. ഉള്ളിൽ ചിത്രമെടുക്കരുതെന്ന് പ്രത്യേക നിർദ്ദേശമുണ്ടായി. മുനിഞ്ഞുകത്തുന്ന വിളക്കിനുമുന്നിൽ വർണ്ണത്തുണികളാൽ അലംകൃതമായ ബുദ്ധപ്രതിമ. തൂണുകളിലെല്ലാം ചുവന്ന തുണി ചുറ്റിയിട്ടുണ്ട്. പ്രാർത്ഥനാവേളയിൽ ഉപയോഗിക്കുന്ന മണിപോലുള്ള ഉപകരണങ്ങൾ നിലത്തുണ്ട്. ചുവരിൽ ഒരിടത്ത് പതിനാലാം ദലൈലാമയുടെ കലണ്ടർ കാറ്റിലിളകുന്നു. ഞങ്ങൾ കുറേനേരം നിശ്ശബ്ദരായി അതിനുള്ളിലിരുന്നു. സ്പിത്തിക്കുന്നുകളെ മറികടന്നെത്തിയ കാറ്റ് വാതിൽപ്പാളികളിൽ ശക്തമായി വന്നിടിച്ച് തുറന്നടഞ്ഞു. 'കുതുങ്' എന്നു പേരുള്ള കുടുസ്സായ പ്രാർത്ഥനാമുറി ശ്രേഷ്ഠ ലാമമാർക്കുള്ളതാണ്. പുറത്തുനിന്ന് നോക്കാൻ അനുവദിച്ചെങ്കിലും കട്ടപിടിച്ച ഇരുട്ടിൽ ഉൾവശം വ്യക്തമായില്ല. അവിടത്തെ താഴുകളെല്ലാം വ്യത്യസ്തമാണ്. തറയിൽ ചങ്ങലയിട്ട് ഉറപ്പിച്ച താഴുകൾ. അത് തുറക്കാനും അടയ്ക്കാനും പ്രത്യേക രീതിയാണ്. കുറേനേരം അതിന്റെ കൗതുകം കണ്ടുനിന്നു.

തൊട്ടടുത്താണ് പൗരാണിക താങ്ക പെയിന്റിങ്ങുകളും സംഗീതോപകരണങ്ങളും സൂക്ഷിക്കുന്ന മുറി. ഡ്രമ്മും ട്രംപെറ്റും സിംബലുമൊക്കെ ചുവരോട് ചേർത്ത് വച്ചിട്ടുണ്ട്. താർക്കികം നടക്കുന്നതിനാൽ അപൂർവ്വ പെയിന്റിങ്ങുകളുടെ ശേഖരം കാട്ടിത്തരാൻ നിവൃത്തിയില്ലെന്ന് മഠാധിപതി പറയുന്നു.

കി മൊണാസ്ട്രിക്കു താഴെ സ്പിത്തി നദിയൊഴുകുന്നു

ഒരുപാടൊരുപാട് കൗതുകങ്ങളുടെ ശേഷിപ്പാണ് കി മൊണാസ്ട്രി ഒളിപ്പിച്ചുവച്ചിട്ടുള്ളത്. എന്നെപ്പോലുള്ള സാധാരണ സഞ്ചാരിക്കൊന്നും ആ വിസ്മയച്ചിമിഴിന്റെ പൊരുൾ കണ്ടെത്താനാകില്ല. മഠാധിപതി ഞങ്ങൾക്കൊപ്പം ഫോട്ടോയ്ക്ക് പോസ് ചെയ്തു. ഏറ്റവുമൊടുവിൽ അദ്ദേഹം രഹസ്യമായി മൊഴിഞ്ഞു, "കഴിയുമെങ്കിൽ ഇതിന്റെ കോപ്പി അയച്ചു തരണം. ഇത് നിങ്ങൾക്കും എനിക്കും ഓർമ്മ പുസ്തകമാവട്ടെ. വീണ്ടും കാണണം..."

ഞങ്ങൾ കുന്നിറങ്ങുകയാണ്. പടവുകൾ ഓരോന്ന് പിന്നിട്ട് വാഹനത്തിന് അടുത്തെത്തുംവരെ അന്യോന്യം സംസാരിച്ചില്ല. മറിച്ച് ഞങ്ങളോരോരുത്തരും അവരവരാൽ സംസാരിക്കുകയായിരുന്നു. അകലെ ആകാശക്കാഴ്ച കാണുന്ന കൂർത്തകുന്നുകൾ മഞ്ഞുപടലങ്ങൾ ചൂടാതെ ഞങ്ങളെ നോക്കിനില്ക്കുന്നു. വന്നുകയറിയ വഴിയെല്ലാം നൂലുപോലെ വളഞ്ഞ് പുളഞ്ഞ് താഴ്വരചുറ്റി സ്പിത്തി നദിക്കരയിലേക്കിറങ്ങുന്നു. കൃഷിയിടങ്ങൾക്കും കുന്നിൻചരുവുകൾക്കുമിടയിൽ അതിരുപോലെ കറുത്ത പാത. നേരത്തേ കണ്ടതിനേക്കാൾ സ്പിത്തിപ്പുഴയ്ക്ക് ഊർജ്ജം കിട്ടിയിട്ടുണ്ട്. തലപ്പുകളിലെ മഞ്ഞുരുകിയ കൈവഴികൾ സ്പിത്തിയോട്

1. പ്രാർത്ഥനാചക്രം കറക്കുമ്പോൾ ബുദ്ധവിശ്വാസികൾ ഉരുവിടുന്ന പ്രാർത്ഥനാ മന്ത്രം.

ചേരാൻ വേഗത്തിലുള്ള ഒഴുക്കിലാണ്. തണുപ്പ് എല്ലാ ശക്തിയുമെടുത്ത് മടക്കയാത്രയ്ക്ക് ഞങ്ങളെ തള്ളിവിടുന്നു. പൊടിപാറുന്ന വഴിയിലൂടെ താഴേക്ക് വാഹനമോടുമ്പോൾ അങ്ങകലെ, കുന്നുകൾക്കുമകലെ കിയുടെ തലതൊട്ട കുന്നിൽ ഓരോനിറത്തിലും കൊടികൾ പറന്നുല്ലസിക്കുന്നു. ഞങ്ങൾ സ്വപ്നത്തിലോ, അതോ സ്വപ്നാടനത്തിലോ? കി മൊണാസ്ട്രി പൊട്ടുപോലെ മറയുമ്പോൾ ഉള്ളിൽ ഓടിയെത്തിയത് മഠാധിപതിയുടെ വാക്കുകളാണ്, 'ഇത് നിങ്ങൾക്കും എനിക്കും ഓർമ്മപ്പുസ്തകമാകട്ടെ. വീണ്ടും കാണണം...'

കിബ്ബർ

അകലെ കുന്നുകളിലൊട്ടി തീപ്പെട്ടിക്കൂടുകൾപോലെ കെട്ടിടങ്ങൾ തെളിയുന്നു. കുന്നുകൾ കയറിവന്ന വാഹനം കുറേശ്ശെ കിതയ്ക്കുന്നുണ്ട്. വഴിയിൽ ഇത്തിരിനേരം നിർത്തിയിടാൻ ഡ്രൈവർ ഒരുങ്ങിയെങ്കിലും ഞങ്ങൾ സമ്മതിച്ചില്ല. തണുത്ത് വീശിയടിക്കുന്ന പൊടിക്കാറ്റ് അപ്പോൾ തന്നെ കഠിനമായ ശ്വാസതടസ്സമുണ്ടാക്കിയിരുന്നു. ഭൂമിയിൽ ഏറ്റവും ഉയരെയുള്ള ഗ്രാമത്തിലേക്കാണ് ഞങ്ങൾ എത്തുന്നത്, ഖിയ്പുർ എന്ന് വിളിപ്പേരുള്ള കിബ്ബർ ഗ്രാമത്തിലേക്ക്. കി മൊണാസ്ട്രിയിൽനിന്ന് കഷ്ടിച്ച് അഞ്ച് കിലോമീറ്ററേയുള്ളൂ ഇവിടേക്ക്.

ലോകത്ത് സമുദ്രനിരപ്പിൽനിന്ന് ഏറ്റവും ഉയരത്തിൽ (4205 മീറ്റർ) വാഹനമോടിയെത്താവുന്ന മനുഷ്യവാസമുള്ള ഗ്രാമമാണ് കിബ്ബർ. ഹിമാചൽ പ്രദേശിലെ ലഹോൾ-സ്പിത്തി ജില്ലയിൽ തിബത്തിനോട് ചേർന്നാണ് ഭൂമിശാസ്ത്രപരമായി ഇതിന്റെ കിടപ്പ്. 55 മീറ്റർ കൂടി ഉയരത്തിൽ കിബ്ബറിന് അടുത്തായി ഗെത്തേ എന്ന ഗ്രാമമുണ്ടെങ്കിലും അവിടേക്ക് വാഹന സൗകര്യമില്ല.

ഇന്ത്യയിൽ എറ്റവും പൗരാണികമെന്ന് വിശ്വസിക്കുന്ന താബു മൊണാസ്ട്രിയിലെയും ഢങ്കറിലെയും കാഴ്ചകൾ കണ്ണിൽനിന്നും മറയും മുമ്പാണ് കി മൊണാസ്ട്രിയിലെത്തിയത്. രംഗ്രിക് എന്ന ഗ്രാമത്തിൽ നിന്ന് തുടങ്ങുന്ന കിബ്ബർ റോഡ് അവസാനിക്കുന്നിടംവരെ എന്തായാലും യാത്രചെയ്യണമെന്ന് തുടക്കത്തിലേ തീരുമാനിച്ചിരുന്നു. അതോടൊപ്പം കിബ്ബറിലുള്ള ചെറിയ മൊണാസ്ട്രി കഴിയുമെങ്കിൽ സന്ദർശിക്കാനും ലക്ഷ്യമിട്ടു. സ്പിത്തി നദിയുടെ തീരംവിട്ട് സാവധാനമാണ് കുന്നുകയറിയതെങ്കിലും വാഹനം ഇടയ്ക്കിടെ നിന്നും വെള്ളം മോന്തിയുമൊക്കെയാണ് മുന്നോട്ട് നീങ്ങിയത്. വെയിൽച്ചൂടിൽ സ്പിത്തിയുടെ മേലേക്കു

കിബ്ബർ മൊണാസ്ട്രിയിലേക്കുള്ള വഴി

ന്നുകൾ ഇടിഞ്ഞൊഴുകുന്നു. പുഴയിലെ വെള്ളമൊഴുക്ക് കൂടിയത് അതിന് തെളിവാണ്. വെളുത്ത കൂറ്റൻ സിരകൾപോലെ കെട്ടുപിണഞ്ഞ് സ്പിത്തിയൊഴുകുന്നു. തണുത്ത കാറ്റ് സ്വെറ്ററുകളെയും വേദനിപ്പിച്ച് നെഞ്ചിലേക്ക് കുത്തിക്കയറുകയാണ്. കി മൊണാസ്ട്രി മലയൊട്ടിനില്ക്കുന്നത് ദൂരെനിന്നേ കാണാം. കുന്നുകൾക്ക് വെളുത്ത നിറമടിച്ചപോലുള്ള കെട്ടിടങ്ങൾ. കിബ്ബറിലേക്ക് വീണ്ടും അഞ്ചുകിലോമീറ്ററുണ്ട്.

വാൻഗോഗ് ചിത്രംപോലെ സുന്ദരമാണ് താഴ്വരക്കാഴ്ച. മഞ്ഞപ്പൂക്കൾ വരമ്പിട്ട പാടങ്ങളിൽ ഗോതമ്പും ബാർലിയും ഉരുളക്കിഴങ്ങും ഉള്ളിയുമൊക്കെയുണ്ട്. റോഡിനോട് ചേർന്ന് പലയിടത്തും ഉയരത്തിൽ കുളങ്ങൾ നിർമ്മിച്ചിട്ടുണ്ട്. സ്പിത്തിയിലേക്ക് ഒഴുകിയിറങ്ങുന്ന നീർച്ചാലുകളെ വിശ്രമിക്കാൻ വിടുകയാണവിടെ. ആവശ്യംവരുമ്പോൾ പാടങ്ങൾക്ക് ഉയിരേകി ഇവയെ ഒഴുക്കിവിടാൻ പ്രത്യേക സംവിധാനവുമുണ്ട്. കുന്നിന്റെ മറുവശത്തേക്ക് കടക്കുമ്പോൾ താഴ്വരയാകെ മറയുന്നു. പകരം തൊട്ടടുത്ത് അഗാധമായ ഗർത്തത്തിനപ്പുറത്ത് കൂറ്റൻ മലകൾ ഒന്നൊന്നായി. ഗർത്തത്തിലൂടെ പുഴയൊലിക്കുന്നതിന്റെ ദൃശ്യങ്ങൾ ഇടയ്ക്കിടെ പിടിതരുന്നുണ്ട്. ഈ മലകൾക്കപ്പുറം തിബത്താണ്. അതുകൊണ്ടാണ് കിബ്ബർ ഗ്രാമത്തെ 'ഇന്ത്യൻ തിബത്ത്' എന്നറിയപ്പെടുന്നതും.

ഇടിഞ്ഞുതകർന്ന വഴി നന്നാക്കുന്ന തൊഴിലാളികൾ നിരവധി പേരുണ്ട്. ഞങ്ങളുടെ വാഹനത്തിന് മുകളിലേക്ക് കയറാൻ വഴിയൊ

രുക്കി അവർ കുന്നിനോട് ചേർന്നുനിന്നു. പണിക്കാരിൽ ഏറെയും സ്ത്രീകളാണ്. ഹിമാചൽ സുന്ദരിമാരുടെ ലക്ഷണമൊന്നുമില്ല, ആരെക്കണ്ടാലും തിബത്തികളെപ്പോലെ. മലയിടുക്കിലൂടെ സ്പിത്തിയുടെ കൈവഴിയൊഴുകുന്നു. ഞങ്ങളിപ്പോൾ അത്രയും ഉയരത്തിൽ ആകാശകാഴ്ചയിലാണ്. കിബ്ബറിലേക്ക് മൂന്ന് കിലോമീറ്റർ എന്ന് രേഖപ്പെടുത്തിയ തകര ബോർഡ് ചൂണ്ടുന്നത് ദൂരെ വെളുത്ത പൊട്ടുപോലെ കാണുന്ന ഗ്രാമത്തിലേക്കുതന്നെ. ഗ്രാമത്തിനുമീതെ മേഘത്തോളം വളർന്ന മലനിരകൾ. അവയുടെ തലപ്പുകളിൽ വെള്ളിയായി തിളങ്ങുന്ന മഞ്ഞിൻമുടി. വഴിയാകെ തകർന്നിട്ടുണ്ട്. അതുമാത്രമല്ല, രണ്ടുകുന്നുകൾക്കിടയിലുള്ള ആഴം ഭയപ്പെടുത്തുന്നു. കീറിത്തുടങ്ങിയ വർണ്ണതോരണങ്ങൾ കെട്ടിയ വെളുത്ത ഗോംബയ്ക്കുമുന്നിൽ വാഹനം നിർത്തി. നമ്മുടെ നാട്ടുവക്കിലെ ക്ഷേത്രങ്ങളുടെ കാണിക്കപ്പെട്ടിപോലെയോ മുസ്ലീം പള്ളികൾക്കുമുന്നിലെ ഉരുണ്ടുപരന്ന കുംഭങ്ങൾ പോലെയോ ആണ് അടയാള ഗോംപ. വഴിയരികിലെ സർവ്വേക്കല്ലിൽ അവിടം കിബ്ബറാണെന്ന് രേഖപ്പെടുത്തിയിട്ടുണ്ട്. ചിഗാമിൽനിന്ന് അതുവരെയുള്ള റോഡ് നിർമ്മിച്ചതിന്റെ കാലവും തുകയുമെല്ലാം മറ്റൊരു ബോർഡിലും.

തീരെ ഉയരംതോന്നാത്ത വിശാലമായ കുന്നുകളിൽ വ്യാപിച്ചുകിടക്കുകയാണ് കിബ്ബർ ഗ്രാമത്തിൽ ആകെയുള്ള 80 വീടുകൾ. ഒറ്റനോട്ടത്തിൽ എല്ലാ വീടുകളും വെവ്വേറെ തിരിച്ചറിയാൻ കഴിയുന്ന തിബത്തൻ

കിബ്ബർമൊണാസ്ട്രി

കിബ്ബർ മൊണാസ്ട്രിയുടെ അടയാള സ്തംഭം

നിർമ്മാണ കൗശലം. വെളുത്ത ചുവരുകൾക്കുമീതെ ബ്രൗൺനിറത്തിലുള്ള മേല്പുരകൾ. അവ നിർമ്മിച്ചിരിക്കുന്നത് ഉണങ്ങിയ കുറ്റിച്ചെടികളും ഹിമാലയൻ മുളകളും പ്രത്യേക രീതിയിൽ അടുക്കിയാണ്. ഏറ്റവും മുകളിൽ മണ്ണും ചെറിയതോതിൽ സിമന്റും ഉപയോഗിച്ചിട്ടുണ്ട്. വീടുകൾക്ക് മുന്നിലെ നിരന്ന സ്ഥലത്താണ് പാടങ്ങൾ. ഓരോ ചെറുകുന്നുകളുടെയും അടിവാരമാണ് കൃഷിയിടങ്ങളാക്കി രൂപപ്പെടുത്തിയിരിക്കുന്നത്.

വാഹനം വഴിയരികിൽ പാർക്ക്ചെയ്ത് ഞങ്ങൾ ഗ്രാമത്തിലൂടെ നടന്നു. വെറും അര കിലോമീറ്റർ ചുറ്റളവാണ് ഗ്രാമത്തിലെ വാസസ്ഥാനത്തിന്. അതിനുള്ളിൽ ഇല്ലാത്തതായി ഒന്നുമില്ല. ആദ്യം കണ്ട ഹോട്ടലിന്റെ മുകളിലത്തെ നിലയിൽ ഭക്ഷണത്തിനായി കയറി. ഹോട്ടലെന്നാൽ പരിഷ്കൃതമൊന്നുമല്ല. രണ്ട് നിലകളുള്ള കെട്ടിടം. താഴെ സ്റ്റേഷനറിക്കടയും ബേക്കറിയും. ഇവയ്ക്കിടയിലുള്ള തടിഗോവണി കയറി മുകളിലെത്തിയാൽ ഭക്ഷണത്തിനുള്ള ഇടമായി. തൊട്ടുചേർന്നാണ് അടുക്കള. ചൈനീസ് ഭക്ഷണമാണ് പ്രധാനമായി ഉള്ളത്. കൂടാതെ തനി ഹിമാലയൻ റോട്ടിയും രാജ്മയും കിട്ടും. അവരവർക്ക് വേണ്ടത് ഓർഡർ നല്കി പുറത്തേക്ക് നോക്കിയിരുന്നു.

കൊടും മഞ്ഞുകാലത്തെ നേരിടാനുള്ള ഹിമാലയൻ തന്ത്രം ഈ ഗ്രാമത്തെ വേറിട്ടതാക്കുന്നു. അതിനുള്ള തെളിവാണ് ഒട്ടിച്ചേർത്തുള്ള വീടുകളുടെ വിന്യാസം. ആറുമാസക്കാലം ഗ്രാമംവിട്ട് പുറത്തിറങ്ങാനാ

കാത്തവിധം ഇവിടം മഞ്ഞുകൊണ്ട് നിറയും. ചിലപ്പോൾ തൊട്ടടുത്ത വീട്ടിലുള്ളവരെപ്പോലും പുറത്തുകാണാനാകില്ല. അപ്പോഴെന്തുചെയ്യും? ഹോട്ടലിന്റെ ഉടമസ്ഥനെന്ന് തോന്നിയ യുവാവിനോട് സംശയം ചോദിച്ചു. ഹോട്ടലിന്റെ താഴത്തെ നിലയിൽ ഭിത്തിയോട് ചേർന്ന ചെറിയ വാതിൽ ചൂണ്ടിക്കാട്ടി അയാൾ പറഞ്ഞു,' ഇതുവഴി അടുത്ത വീട്ടിലെത്താം.' സംഗതി ശരിയാണ് മണ്ണിനടിയിലൂടെ നീളുന്ന ഇരുണ്ട ഇടനാഴി വ്യക്തമായി കാണാം. അങ്ങനെയില്ലാത്ത വീടുകളെ മഞ്ഞുകാലത്തിനുമുമ്പ് 'ഇഗ്ലു കവാട' രീതിയിൽ ബന്ധിപ്പിക്കും. കൂട്ടുകൃഷി സമ്പ്രദായമാണ് ഗ്രാമത്തിൽ. ഓരോ കുടുംബവും കൃഷിചെയ്യുന്നത് സംഭരിച്ച് മഞ്ഞുകാലത്ത് എല്ലാവർക്കുമായി ഉപയോഗിക്കും. അത് നടപ്പിൽവരുത്താൻ ഗ്രാമ കമ്മിറ്റികളുമുണ്ട്.

ഞങ്ങളിരിക്കുന്നതിന് തൊട്ടുമുന്നിലാണ് ഗ്രാമത്തിലെ ഗവ. സീനിയർ സെക്കൻഡറി സ്കൂൾ. രണ്ടുനിലകളുള്ള സ്കൂളിന്റെ മേല്ക്കൂര തകരമാണ്. മുന്നിൽ വിശാലമായ കളിസ്ഥലം. ബോൾ ബാറ്റ് മിന്റൺ കളിക്ക് തയ്യാറെടുക്കുകയാണ് കുട്ടികൾ. അവധി ദിവസമായതിനാൽ അന്ന് സ്കൂൾ പ്രവർത്തനമില്ല. കുട്ടികൾക്ക് ഭക്ഷണം പാകംചെയ്ത് നല്കാനുള്ള കെട്ടിടവും അദ്ധ്യാപകമുറിയുമെല്ലാം തൊട്ടടുത്തുണ്ട്. സ്കൂളിനോട് ചേർന്നാണ് പ്രാഥമികാരോഗ്യകേന്ദ്രവും മൃഗ പരിപാലന ഡിസ്പെൻസറിയും. രണ്ടിടത്തും സ്ഥിരമായി ഡോക്ടർമാരുണ്ട്. മഞ്ഞുകാ

കിബ്ബർ മൊണാസ്ട്രിക്കുള്ളിലെ സ്കൂൾ

കിബ്ബർ മൊണാസ്ട്രിക്കരികിലെ വീടുകൾ

ലത്ത് ഡോക്ടർമാർക്ക് താമസിക്കാൻ പ്രത്യേക സംവിധാനമുണ്ടാക്കും.

കി മൊണ്സ്ട്രി തൊട്ടടുത്താണെങ്കിലും കിബ്ബറിലുള്ളവർ സാധാരണ അവിടേക്ക് പോകാറില്ല. കിബ്ബർ ആരാധിക്കുന്നത് തനി തിബത്തൻ ബുദ്ധിസമാണ് എന്നതുതന്നെ കാരണം. മിക്ക വീടുകളിലും വിവിധ നിറത്തിലുള്ള കൊടികൾ കെട്ടിവച്ചിട്ടുണ്ട്. ഒറ്റനോട്ടത്തിൽ കിബ്ബറാകെ ഒരു ബുദ്ധവിഹാരമെന്ന് തോന്നി. ഇവിടത്തുകാർക്ക് മാത്രമായി ഒരു പ്രാർത്ഥനാലയം സ്കൂളിന് അരികിലുണ്ട്.

ഹോട്ടലിലെ ഭക്ഷണം തീരെ മോശമല്ല. പലതും പറഞ്ഞും കഴിച്ചും കുടിച്ചുമൊക്കെ സമയം വൈകുന്നേരമാകുന്നു. അതോടൊപ്പം അസ്സഹനീയമായ തണുപ്പും കൂടെയെത്തി. തിബത്തൻ സിഗററ്റുകൾ മാത്രമേ അവിടെ കിട്ടാനുള്ളൂ. കാപ്സ്റ്റൺ എന്നുപേരുള്ള സിഗററ്റ് പായ്ക്കറ്റ് കണക്കിന് ആവശ്യക്കാർ വാങ്ങിക്കൂട്ടി. ഞങ്ങൾ മടങ്ങുകയാണ്. വഴിയുടെ ഇടത്തേക്കുന്നുകളിൽ പിങ്ക് നിറത്തിലുള്ള പൂക്കൾ പടർന്നുകിടക്കുന്നു. കുന്നുകൾക്കപ്പുറത്ത് അഞ്ചോ പത്തോ വീടുകൾ അവ്യക്തമായി തെളിയുന്നുണ്ട്. ആ ഗ്രാമമാണ് ഗെത്തേ. അവിടേക്ക് വാഹനമില്ല. കുന്നിറങ്ങിക്കയറി കിബ്ബറിലെത്തണം. യഥാർത്ഥത്തിൽ കിബ്ബറിൽനിന്ന് കുടിയേറിയവരാണ് ഗെത്തേയിൽ. ഏറെ രസകരമായി തോന്നിയത് ഗെത്തേയിലേക്ക് സാധനങ്ങളുംമറ്റും എത്തിക്കുന്ന ഗോവണിയാണ്. കുന്നുകൾക്കു മീതെ ഞാത്തിയിട്ടിരിക്കുന്ന ഇരുമ്പ് കയറുകളിൽ കുട്ട പോലുള്ള എന്തോ കെട്ടിവച്ചിട്ടുണ്ട്. ഗെത്തേയിലേക്കുന്ന അത്യാവശ്യ സാമഗ്രികളും

ഗെത്തേ ഗ്രാമം

മറ്റും എത്തിക്കാനുള്ള കുറുക്കുവഴിയാണിത്. എന്തുസാധനമാണോ അക്കരെയിക്കരെ എത്തിക്കേണ്ടത്, അതിനെ കുട്ടയിൽ കെട്ടിവച്ച് കയറിൽ വലിച്ച് അടുപ്പിക്കും. വാഹനം നിർത്തി കൊടുതണുപ്പിലും ഇത്തിരിനേരം അതിന്റെ പ്രവർത്തനം നോക്കിനിന്നു. ഇനിയിവിടെയെത്തുമ്പോൾ ഒരു പക്ഷേ, ഗെത്തേയിലേക്ക് കടക്കാൻ റോപ്പുപാലമോ അല്ലെങ്കിൽ യഥാർത്ഥ പാലം തന്നെയോ വന്നുകൂടായ്കയില്ല.

മുന്നിലെ വഴിയിലേക്ക് മഞ്ഞും ഇരുട്ടും വ്യപിക്കുന്നു. ലോസർ എന്ന ഗ്രാമത്തിലാണ് രാത്രി സങ്കേതം. കുന്നിറങ്ങി സ്പിത്തിയുടെ കരയിലൂടെ അതുവഴി ഓടിക്കാവുന്ന പരമാവധി വേഗത്തിൽ വാഹനം മുന്നോട്ടോടി. പുഴയിൽ ചേർന്നുള്ള മഞ്ഞപ്പാടങ്ങൾ വഴിയും കടന്ന് താഴവരയിലേക്ക് വ്യാപിച്ചുകിടക്കുന്നു. അകലെ കുന്നുകളിലെ കാഴ്ചയിൽ ഇപ്പോൾ കിബ്ബർ ഗ്രാമമില്ല. പകരം കി മൊണാസ്ട്രിയിലെ സൗരോർജ്ജവിളക്കുകൾ ആകാശത്തേക്ക് ചൂണ്ടുന്നു.

തക്സങ്

ആകാശമാകെ വ്യാളികൾ വാപിളർന്നു നില്ക്കുന്ന രാത്രി. മനുഷ്യരൊന്നും പുറത്തിറങ്ങുന്നില്ല. ഉഗ്രഗർജ്ജനത്തോടെ ഒരു പെൺകടുവ കുന്നുകളും പർവ്വതങ്ങളും കടന്ന് മുന്നോട്ടുകുതിക്കുന്നു. കടുവയുടെ ഓരോ കിതയ്ക്കലിനുംശേഷം തീക്കുണ്ഡങ്ങൾ വാനിലാകെ നിറയുന്നു. ഏതോ ഭയരൂപത്തെക്കണ്ട് വ്യാളികൾ പത്തിമടക്കി മടകളിലൊളിച്ചു. ഗർജ്ജനത്തിന്റെ മാറ്റൊലി ഭൂമിയെ നിമിഷങ്ങളോളം നിശ്ചലമാക്കി. കടുവ പറക്കുകയായിരുന്നു. അതിന്റെ ചുമലിൽ ഊശാൻ താടിയും മീശയുമുള്ള ഒരാൾ പറ്റിപ്പിടിച്ച് ഇരിപ്പുണ്ടായിരുന്നു. പർവ്വതത്തലയിലേക്ക് ചാടിയിറങ്ങിയ പുലി നിമിഷനേരംകൊണ്ട് സുന്ദരിയായ യുവതിയായി മാറി. അവൾ ഗുരു റിംപോച്ചെയുടെ പ്രാണപ്രേയസി, മന്ദരാവ. അവളുടെ ചുമലേറി പർവ്വതം പൂകിയ ഊശാൻ താടിക്കാരൻ, ഗുരു റിംപോച്ചെയെന്ന പത്മസംഭവ.

നിറങ്ങളും മൗനവും സ്വപ്നവുമൊക്കെ വിരിയുന്ന ഒരു ഫാന്റസി ക്കഥയുടെ പിന്നാലെയാണ് ഞാൻ. ഓരോ ചുവട് വയ്ക്കുമ്പോഴും ഐതിഹ്യങ്ങൾ കഥകളായി ഉള്ളിൽ നിറയുന്നു. ഇതൊക്കെ സത്യമോ, മിഥ്യയോ? ഭൂട്ടാനിലെ തക്സങ് ബുദ്ധവിഹാരത്തിലേക്കാണ് യാത്ര. ടൈഗർ നെസ്റ്റ് മൊണാസ്ട്രിയെന്നാണ് ഇതിന്റെ വിളിപ്പേര്. ഈ ബുദ്ധഗയയുടെ കാലം അളന്നെടുക്കുക അത്രയെളുപ്പമല്ല. എങ്കിലും വഴിയിൽ കണ്ട ശിലാഫലകം പറയുന്നു,

"Walk to Guru's glory!
take back memories
of a kingdom. For here
in his kingdom rules an unparalled

തക്സങ്

benevolent king" -

ഭൂട്ടാനിൽ കാലുകുത്തിയ ദിവസംതന്നെ താങ്ങാൻ പറ്റാത്ത ജലദോഷവും ചുമയും. പ്രിയ സുഹൃത്ത് അബി തരകന്റെ താവളത്തിൽ എത്തിയതുമാത്രമറിയാം. രാത്രി സുഹൃദ്സംഘത്തോടൊപ്പംകൂടി തിംഫു നഗരത്തിലെ നൃത്തശാലയിലും മറ്റും ക്ഷീണം വകവയ്ക്കാതെ കയറിയിറങ്ങി നടന്നു. നൃത്തശാലകൾക്കെല്ലാം നമ്മുടെ ഗോവയുടെ അന്തരീക്ഷമാണ്. ഓരോരുത്തർക്കും 350 രൂപയാണ് പ്രവേശനഫീസ്. സിനിമ തീയേറ്ററിലെ ടിക്കറ്റ് കൗണ്ടറുപോലെയാണ് നൃത്തശാലകളുടെയും കൗണ്ടർ. തുകയുമായി ഉള്ളിലേക്ക് വലതുകൈ നീട്ടുമ്പോൾ ചുവന്നനിറത്തിലുള്ള മുദ്ര കണങ്കൈക്ക് മുകളിലായി ചാർത്തിത്തരും. അതാണ് ഉള്ളിലേക്കുള്ള പ്രവേശനാനുമതി. മദ്യവും മദിരാക്ഷികളുമെല്ലാം ലഹരി പകരുന്ന നൃത്തശാല. അത് വല്ലാത്ത അനുഭവമാണ്. അപരിചിതരായ ആണും പെണ്ണുമെല്ലാം കൈകോർക്കുന്നു. നിയോൺ വെളിച്ചത്തിന്റെ ഇരുണ്ടനിറങ്ങളിൽ ആടിപ്പാടി കെട്ടിപ്പുണരുന്നു. ആൾക്കൂട്ടത്തിൽ വെറുതെ ചുവടുവെച്ച് ഒന്നോ രണ്ടോ മണിക്കൂർ ചെലവിട്ടു. ഭൂരിഭാഗവും കൗമാരക്കാർ. ഭൂട്ടാൻ വംശജർ കുറവെന്നുതോന്നി. മുമ്പൊരിക്കൽ ഗോവയിലെ ഒരു നൃത്തശാലയിൽ കയറിയതും പുറത്തുപറയാനാകാത്ത ഒരു അബദ്ധം പിണഞ്ഞതും ഓർത്തപ്പോൾ സാഹസങ്ങൾക്കൊന്നും പോയില്ല. മദ്യത്തിന്റെയും സിഗററ്റിന്റെയുമൊക്കെ മടുപ്പിക്കുന്ന മണമാണ്

ഉള്ളിൽ. കാതടപ്പിക്കുന്ന വാദ്യഘോഷം അരോചകമായപ്പോൾ മെല്ലെ പുറത്തുകടന്നു. വളരെ വൈകിയാണ് നൃത്തശാലയിൽനിന്ന് അബിയുടെ വീട്ടിലേക്ക് തിരിച്ചത്. പിറ്റേന്ന് തക്സങ് മൊണാസ്ട്രിയിലേക്ക് നടക്കാനുള്ളതാണ്. കാലാവസ്ഥയിൽ പെട്ടെന്നുണ്ടായ മാറ്റം എല്ലാവരെയും നേരിയയളവിൽ ബാധിച്ചിട്ടുണ്ട്. എങ്കിലും രാവിലെ യാത്ര തിരിക്കാനായിരുന്നു തീരുമാനം. ഗൃഹാതുരമായ കുറേ മലയാളം പാട്ടുകൾ അബി പാടി. ഞങ്ങളും ഒപ്പംകൂടി. രാത്രിയുടെ ഏതോ യാമത്തണുപ്പിൽ ഓരോരുത്തരും പൊലിഞ്ഞുവീണു. പിറ്റേന്ന് തണുപ്പ് വകവയ്ക്കാതെ യാത്ര തുടങ്ങാനുള്ള ഉറക്കം.

വോൾനട്ട് മരങ്ങൾ ഗർഭാവസ്ഥയിലാണ് അബിയുടെ പർണ്ണശാലയ്ക്ക് മുന്നിൽ. ചുറ്റിലും ജൈവപച്ചക്കറികളുടെ മഹാസമ്മേളനം. പടിയിറങ്ങിയെത്തുന്ന ഇടഞ്ചാടിക്കരികിൽ ആപ്പിൾ മരങ്ങൾ ചുവന്നുതുടുത്തു നില്ക്കുന്നു. വള്ളികളിൽ ഞാന്നുകിടക്കുന്ന പാവലുകളിൽ സൂര്യൻ മുഖക്കുരു വിടർത്തുന്നു. കവിയല്ലാത്ത ഈയുള്ളവനെപ്പോലും കാവ്യമാനസനാക്കുന്ന ചുറ്റുപാടുകൾ.

പശ്ചിമബംഗാളിലെ അവസാന വിമാനത്താവളമെന്ന് പറയാവുന്ന ബഗ്ദോഗ്രയിൽ രണ്ടുദിവസംമുമ്പ് ചെന്നിറങ്ങുമ്പോൾ ഒപ്പം കൂട്ടിയ ഡ്രൈവർ ഇന്നോവയുമായി വഴിയിലുണ്ട്. ജോലിസംബന്ധമായ കാരണങ്ങളാൽ അന്ന് അബി ഞങ്ങൾക്കൊപ്പം യാത്രയ്ക്കില്ല. ഭൂട്ടാന്റെ തലസ്ഥാനമായ

മഞ്ഞിൽ മറഞ്ഞുനില്ക്കുന്ന തക്സങ്

തിംഫുവിന്റെ ഹൃദയത്തിലൂടെയാണ് യാത്ര. ഓരോ പ്രദേശവും കയറി യിറങ്ങിപ്പോകുമ്പോൾ അവിടത്തെക്കുറിച്ച് ഞങ്ങൾക്ക് ചെറിയ വിവരണം ഡ്രൈവർ നല്കുന്നുണ്ടായിരുന്നു. ഭൂട്ടാനിയല്ലെങ്കിലും ഭൂട്ടാന്റെയെല്ലാമ റിയും. ഭരണസിരാകേന്ദ്രവും പ്രധാന കച്ചവടകേന്ദ്രങ്ങളുമൊക്കെ പിന്നി ട്ടാണ് യാത്ര പുരോഗമിക്കുന്നത്. വാങ്ചു നദിയുടെ ഓരംപറ്റിയുള്ള യാത്ര. കഠിനമായ തണുപ്പല്ല. പക്ഷേ, വാഹനത്തിന്റെ കണ്ണാടിയിടയിലൂടെ ആ ശ്ലേഷിച്ചെത്തുന്ന കാറ്റ് വല്ലാതെ നോവിക്കുന്നുണ്ട്. ഒൻപത് മണിക്ക് കയറി ത്തുടങ്ങിയാൽ തക്സങ്ങിന് മുന്നിലെത്തുമ്പോൾ ഉച്ചയ്ക്ക് ഒരുമണിയെ ങ്കിലുമാകും. അതുകൊണ്ട് പരമാവധി വേഗത്തിൽ യാത്ര തുടങ്ങാനാണ് ഞങ്ങളുടെ പദ്ധതി.

ടൈഗർ നെസ്റ്റ് എന്ന് വിളിപ്പേരുള്ള തക്സങ് പാൽഫങ് മൊണാ സ്ട്രിയിൽ (തക്സങ് മൊണാസ്ട്രി) ഗുരു പത്മസംഭവ ധ്യാനനിമഗ്നനാ യിരുന്നുവത്രെ, അതും മൂന്നുവർഷം മൂന്നുമാസം, മൂന്ന് ആഴ്ച, മൂന്നു ദിവസം, മൂന്നുമണിക്കൂർ മൂന്നുമിനിറ്റ്, മൂന്ന് സെക്കന്റ്. എട്ടാം നൂറ്റാണ്ടിൽ സംഭവിച്ചുവെന്ന് കരുതുന്ന ആ മഹനീയ മുഹൂർത്തമാണ് ഇന്നും ഭൂട്ടാ നിലെ ബുദ്ധവിശ്വാസത്തെ ദൃഢപ്പെടുത്തുന്നത്. പാരോ താഴ്വരയുടെ ചെങ്കുത്തായ മലനിരയിൽ തലയുയർത്തി നില്ക്കുന്ന ഈ ബുദ്ധാശ്രമം അത്ഭുതങ്ങളുടെ അനുഭൂതിയുണർത്തും. ഇവിടത്തെ പ്രാചീന ഗുഹയിൽ

തക്സങ്ങിലേക്കുള്ള വഴിയിലെ പ്രാർത്ഥനാ മണ്ഡപം

പാരോയിൽ പുതിയ വ്യാപാര സമുച്ചയത്തിന്റെ നിർമ്മാണം പുരോഗമിക്കുന്നു

ഗുരു പത്മസംഭവ ധ്യാനത്തിലിരുന്ന നാളുകളുടെ പുനരാവിഷ്കാരമാണ് യഥാർത്ഥത്തിൽ സംഭവിക്കുന്നത്. പത്മസംഭവയാണ് ഗുരു റിംപോച്ചെയെന്നും വിശ്വസിക്കുന്നു. തന്റെ ഭാര്യയെ പെൺകടുവയാക്കി അതിന്റെ മേലിലിരുന്ന് ഗുരു റിംപോച്ചെ ഈ ഗുഹാമുഖത്തെത്തി ധ്യാനമഗ്നനായി എന്നാണ് സങ്കല്പം. ഭൂട്ടാനീസ് ബുദ്ധിസത്തിന്റെ തലതൊട്ടപ്പനാണ് ഗുരു റിംപോച്ചെ. ഇന്ത്യയിൽ നിന്നെത്തിയ ബുദ്ധാവതാരമാണ് പത്മസംഭവയെന്നും വിശ്വാസമുണ്ട്. 1692 ലാണ് തക്സങ്ങിൽ ക്ഷേത്ര സമുച്ചയം നിർമ്മിക്കുന്നത്. ഗുരു റിംപോച്ചെയുടെ പുനരവതാരമെന്ന് കരുതുന്ന ടെൻസിൻ റബ്ഗിയാണ് ഇതിന്റെ സ്ഥാപകൻ.

തിബത്തിലെ ഭരണാധികാരിയായിരുന്ന യേഷേ സോഗ്യാലിന്റെ ഭാര്യ ഗുരു റിംപോച്ചെയുടെ ശിഷ്യയായിരുന്നു. അവർ സ്വയം പെൺകടുവയായി മാറി ഗുരുവിനെ തന്റെ പുറമേറ്റി തിബത്തിൽനിന്ന് ഭൂട്ടാനിൽ എത്തിച്ചുവെന്നാണ് മറ്റൊരു ഐതിഹ്യം. അവിടെ എട്ട് അവതാരങ്ങളായി ഗുരുപ്രഭാവമുണ്ടായി. ഭൂട്ടാനിൽ മഹായാന ബുദ്ധിസത്തിന്റെ പിതാവാണ് ഗുരു പത്മസംഭവ. നിങ്മാപാ സ്കൂൾ ഓഫ് മഹായാന ബുദ്ധിസമെന്ന് പില്ക്കാല കീർത്തി നേടിയ ബുദ്ധ വിശകലനത്തിന്റെ തുടക്കക്കാരനും ഇദ്ദേഹമാണ്. ഭൂട്ടാന്റെ 'സംരക്ഷക സന്ന്യാസി'യെന്നാണ് പത്മസംഭവ

അറിയപ്പെടുന്നത്.

ഞങ്ങൾ പാരോയിൽ എത്തുമ്പോൾ രാവിലെ ഏതാണ്ട് 10 മണിയായി. പുതിയ വ്യാപാര സമുച്ചയത്തിന്റെ നിർമ്മാണപ്രവർത്തനങ്ങൾ നടക്കുന്നതിനാൽ വാഹനം നിർത്തിയിടാൻ സ്ഥലക്കുറവുണ്ട്. കല്ലുമാല മുതൽ ബുദ്ധ വിഗ്രഹംവരെ നിരത്തിവച്ച തട്ടുകടകൾ സജീവമാണ്. എല്ലായിടത്തും സുന്ദരികളായ സ്ത്രീകളാണ് വില്പനക്കാരികൾ. അവരെ സഹായിക്കാൻ പ്രായമുള്ള സ്ത്രീകളുമുണ്ട്. പൈൻ മരങ്ങൾക്കിടയിലൂടെയാണ് കാൽനടയാത്രയുടെ തുടക്കം. ബുദ്ധസൂക്തങ്ങൾ അച്ചടിച്ച വർണ്ണതോരണങ്ങൾ തലങ്ങും വിലങ്ങും കാറ്റിലാടാതെ കുതിർന്നുകിടക്കുന്നു. കഴുതകളുടെയും കുതിരകളുടെയുമെല്ലാം കൂട്ടമാണ് മുന്നിൽ. കച്ചർവാലകൾ (കഴുത, കുതിരകളുടെ ഉടമസ്ഥർ) വിലപേശുകയാണ്. തക്സങ്ങിന് 3 കിലോമീറ്റർ അടുത്തുവരെ കൊണ്ടുവിടാമെന്ന പ്രലോഭനമാണ് ഓരോരുത്തർക്കും. ഞങ്ങൾ എന്തായാലും നടക്കാൻതന്നെ തീരുമാനിച്ചു. പുലർച്ചെ ബാബുരാജിന്റെ നേതൃത്വത്തിൽ ഉണ്ടാക്കിയെടുത്ത ചപ്പാത്തിയും ഓംലെറ്റും പച്ചക്കറിയും രണ്ട് പൊതികൾ വീതം കൈവശമുണ്ട്. തക്സങ്ങിലേക്കുള്ള വഴിയിൽ പഞ്ചനക്ഷത്ര സദൃശമായ തങ്ങലിടമുണ്ട്. അവിടെയാണ് ആകെ ഭക്ഷണം കിട്ടുന്നതും. ഞങ്ങളെപ്പോലുള്ള സാധാരണ പഥികർക്ക് അത് താങ്ങാവുന്നതല്ല. അബിയായിരുന്നു

തക്സങ്ങിലേക്കുള്ള വഴിയിലെ കാട്

തക്സങ്ങിലേക്കുള്ള വഴി

ഭക്ഷണപ്പൊതി കരുതണമെന്ന് നിഷ്കർഷിച്ചത്.

കുത്തുകയറ്റമാണ്. പൈൻമരങ്ങളും ദേവതാരുക്കളുമൊക്കെ തലയുയർത്തി നില്പുണ്ടെങ്കിലും അവയൊന്നും വഴിയിൽ കിതയ്ക്കുന്ന ഞങ്ങളേക്കാൾ ഉയരത്തിലല്ല. പൗരാണികതയ്ക്ക് ജീവൻവയ്ക്കുന്ന കാഴ്ചയാണ് ചുറ്റിലും. സൈലന്റ് വാലിക്കാടുകളിൽ കണ്ട് പരിചയിച്ച പൂപ്പലും ഇത്തിളുമൊക്കെ വന്യമായ സാന്നിദ്ധ്യമാണ് സൃഷ്ടിക്കുന്നത്. അവയ്ക്കിടയിലൂടെ കാറ്റിലാടുന്ന തുണിതോരണങ്ങൾ ബുദ്ധന്റെ ചിന്തകൾ ആലേഖം ചെയ്ത് നിറഞ്ഞുനില്ക്കുന്നു.

ഭൂട്ടാൻ ടൂറിസം കൗൺസിലിന്റെ സ്വാഗതവാക്യമാണ് മുന്നിലെ ബോർഡിൽ. തക്സങ് മൊണാസ്ട്രിയുടെ ചരിത്രവും പ്രാധാന്യവുമെല്ലാം ചുരുങ്ങിയ വാക്കുകളിൽ വ്യക്തമാണ്. അതോടൊപ്പം സന്ദർശകർ പാലിക്കേണ്ട നിബന്ധനകളും. അതിൽ ഭൂട്ടാനികൾക്ക് പ്രത്യേക നിബന്ധനയുണ്ട്. ഭൂട്ടാനീസ് ദേശീയവസ്ത്രം ധരിക്കണമെന്ന നിഷ്കർഷയുൾപ്പെടെ.

അകലെ കുന്നുകളെയാകെ മൂടി മേഘപാളികൾ എല്ലാകാഴ്ചയും മറയ്ക്കുന്നു. തക്സങ്ങിന്റേതെന്ന് തോന്നിച്ച പഗോഡയുടെ കൂർത്ത അഗ്രം അതിനിടയിലും ആകാശത്തേക്ക് ഉയർന്നുകാണാം. പൈൻമരക്കാടിന് മീതെ അതിനേക്കാൾ ഉയരത്തിൽ വെളുത്ത കൂറ്റൻ കൊടികൾ നാട്ടിയിട്ടുണ്ട്. ഓരോയിടത്തെയും എണ്ണത്തിൽ വ്യത്യാസമുണ്ട്. അത് വിശ്വാസികളുടെ ആചാരമാണ്. ജനനവും മരണവും ഉൾപ്പെടെയുള്ള പ്രത്യേക

അവസരങ്ങളിലും മറ്റ് ആഘോഷങ്ങൾക്കും ആഗ്രഹ പൂർത്തീകരണത്തിനുമൊക്കെയാണ് ഈ കൂറ്റൻ കൊടികൾ നാട്ടുന്നത്. മരണാനന്തര ചടങ്ങിന്റെ ഭാഗമായി 108 പ്രാർത്ഥനാ കൊടികളാണ് സ്ഥാപിക്കുക. പരേതന് ത്രിശങ്കുകടക്കാൻ ഈ ചടങ്ങ് വേണമെന്ന് ഭൂട്ടാനികൾ വിശ്വസിക്കുന്നു.

'ഈ മഹത്തായ പാരമ്പര്യം സംരക്ഷിക്കുക. ഇവിടം മലിനമാക്കരുത്. എല്ലാ സന്തോഷത്തിന്റെയും ഉറവിടം ഈ പ്രകൃതിയാണ്.' ഓർമ്മപ്പെടുത്തൽ ബോർഡുകൾ വഴിയിൽ പലേടത്തുമുണ്ട്. മഴയൊലിച്ചിറങ്ങി വേരുകളുടെ സിരാപടലം കെട്ടുപിണഞ്ഞുകിടക്കുന്നു. ഒഴുകിവരുന്ന അരുവികൾക്ക് കുറുകെ ചെറിയ പഗോഡകൾ നിർമ്മിച്ചിട്ടുണ്ട്. അരുവിയിൽ വെള്ളമൊഴുക്കിൽ കറങ്ങുന്ന പ്രാർത്ഥനാചക്രങ്ങളാണ് അവയ്ക്കുള്ളിൽ. കാറ്റ് ഒഴുക്ക് കൂട്ടുമ്പോൾ ചക്രങ്ങൾ തിരിഞ്ഞുതുടങ്ങും. നേർത്ത മുഴക്കമായി മണിയൊച്ചകൾ ഞങ്ങളെ വരവേല്ക്കുന്നു. യാത്രാത്തുടക്കം തന്നെ ഒരു പാവനയിടത്തെ ഓർമ്മിപ്പിക്കുന്നു. ഏകാഗ്രമായി ഈ കുന്നുകൾ കീഴടക്കാനുള്ള മാനസികാവസ്ഥയാണ് സൃഷ്ടിക്കപ്പെടുന്നത്. ഡോവർ ബീച്ചിൽ മാത്യു അർനോൾഡ് എഴുതിയപോലെ,

"And we are here as on a darkling plain
Swept with confused alarms of struggle and flight,
Where ignorant armies clash by night"

തക്സങ്ങിലേക്കുള്ള വഴി

തക്സങ്ങിനരികിലെ ഗുഹ

തക്സങ്ങിനരികിലെ ഗുഹയ്ക്കു മീതെ നിർമ്മിച്ച മന്ദിരം

വഴി അത്ര ദുർഗ്ഗമമല്ല. എങ്കിലും കുത്തുകയറ്റം വല്ലാതെ കിതപ്പിക്കുന്നു. ഒരുമണിക്കൂർ പിന്നിടുമ്പോൾ ഞങ്ങളൊരു ആകാശക്കാഴ്ചയ്ക്കുനടുവിലാണ്. അങ്ങകലെ പാരോ നഗരം അടുക്കിവച്ചിരിക്കുന്നു. വിദേശികളും സ്വദേശികളുമായി നിരവധിപേർ രാവിലെതന്നെ കുന്നുകയറുന്നുണ്ട്. ഉച്ചയ്ക്ക് ഒരുമണിക്ക് തക്സങ്ങിന്റെ കവാടം പൂട്ടിയിടും. പിന്നെ തുറക്കുന്നത് രണ്ടുമണിക്കുശേഷമാണ്. അതിനാൽ ഒരുമണിക്കുള്ളിൽ തക്സങ്ങിലെത്താനുള്ള പരിശ്രമത്തിലാണ് മിക്കവരും.

വഴിയിൽനിന്നുതന്നെ തക്സങ്ങിന്റെ വിദൂരദൃശ്യം കാണാം. അമ്പരപ്പിക്കുന്ന ശിലാപാളികൾക്ക് മീതെ തലയുയർത്തി നില്ക്കുന്ന ബുദ്ധവിഹാരം. ആകാശത്തുനിന്നെന്നപോലെ താഴ്വരയിലേക്ക് പാറിനടക്കുന്ന വർണ്ണതോരണങ്ങൾ. മലതുരന്നുണ്ടാക്കിയപോലെയാണ് തക്സങ്ങിന്റെ നിർമ്മിതി. കൂറ്റൻപാറമടകൾ കെട്ടിയടച്ച് അതിനുമീതെ നിർമിച്ച പഗോഡകൾ അത്ഭുതത്തോടൊപ്പം നിഗൂഢവുമാണ്.

തട്ടുതട്ടായി മുകളിലേക്ക് നിരന്നുനില്ക്കുകയാണ് തക്സങ്. വഴിയിൽ നിരവധി വിശ്രമസ്ഥലങ്ങൾ നിർമ്മിച്ചിട്ടുണ്ട്. എല്ലാം ഭൂട്ടാനീസ് പാരമ്പര്യനിർമ്മിതി. ഗുരുവര്യൻ ഖെൻഫൊ ഗീഷെ റിൻചെ ജനിച്ച ഗുഹ പ്രത്യേകം സംരക്ഷിച്ചിട്ടുണ്ട്.

ഗുഹയ്ക്ക് മീതെ മന്ദിരമുണ്ട്. വഴിയിൽ ഉറപ്പിച്ചിട്ടുള്ള ചെറിയ ഗോവ

*ജർമ്മൻ യുവാവിനെ കാമുകിയും സുഹൃത്തുംചേർന്ന്
ഭൂട്ടാനി വസ്ത്രം ധരിപ്പിക്കുന്നു*

തക്സങ്

ണിയിലൂടെ അതിന്റെ ജനാലത്തലപ്പുവരെ കയറാം. ഉള്ളിൽ കനത്ത ഇരുട്ടാണ്. ഭൂമിക്കുള്ളിലേക്ക് ആണ്ടിറങ്ങുന്ന ഗുഹയിൽ ചിതറിക്കിടക്കുന്ന നാണയത്തുട്ടുകളുടെ തിളക്കം. സൗരവിളക്കുകൾ സ്ഥാപിച്ചിട്ടുണ്ടെങ്കിലും അത് പ്രവർത്തിക്കുന്നില്ല. ഇത്തിരിനേരം ഗുഹയുടെ പടിവാതില്ക്കൽ ഇരുന്നു. മറുവശത്തെ കീഴ്ക്കാംതൂക്കായ പാറക്കൂട്ടത്തിൽ ഒട്ടിച്ചേർന്നു നില്പാണ് തക്സങ്. ഒന്നിറങ്ങിക്കയറിയാൽ അവിടെയെത്താമെന്ന് തോന്നി. എന്നാൽ, അത് അത്ര എളുപ്പമല്ലെന്ന് നടന്നുതുടങ്ങിയപ്പോൾ അറിഞ്ഞു. തക്സങ്ങിന് ഏതാണ്ട് സമാന്തരമായ കുന്നിലാണ് ഞങ്ങളിപ്പോൾ. ഈ കുന്നിറങ്ങി നിരപ്പായ വഴിയിലൂടെ കുറേ നടന്ന് അടുത്ത കുന്നുകയറിയാലേ തക്സങ്ങിന്റെ അരികിലെത്താനാകൂ. താഴേക്കുള്ള കുത്തിറക്കത്തിൽ പിടിച്ചിറങ്ങാനും തിരികെക്കയറാനും കമ്പിവേലി നിർമ്മിച്ചിട്ടുണ്ട്. ഇറക്കവും കയറ്റവും രക്തസമ്മർദ്ദം കൂട്ടുമെന്നുറപ്പാണ്.

ഇറക്കം തുടങ്ങുന്നതിനുമുന്നിൽ ഉയർന്ന ധ്വജത്തിൽ ബുദ്ധസൂക്തങ്ങളുടെ പതാക പാറുന്നു. താഴെ പൊട്ടുപോലെ പാരോ നഗരവും അങ്ങകലെ ഏതോ പുഴവഴികളുമൊക്കെ തെളിയുന്നു. കോടമഞ്ഞ് മൂടിയിരിക്കുന്നു, തക്സങ്ങിന്റെ ചുറ്റും.

പരമ്പരാഗത ഭൂട്ടാൻ വസ്ത്രമായ 'കിര' ധരിച്ച യുവതിക്കൊപ്പം വിദേശികളായ യുവാവും യുവതിയും ഞങ്ങളുടെ മുന്നിൽ വന്നിരുന്നു.

ജീൻസും ടോപ്പുമെല്ലാം നിമിഷങ്ങൾക്കുള്ളിൽ മാറ്റി അവളും ഭൂട്ടാനി വസ്ത്രം ധരിച്ചു. പിന്നെ യുവാവിനെ ഭൂട്ടാനിയാക്കാനുള്ള പരിശ്രമമായി. പൊതിഞ്ഞുകൊണ്ടുവന്ന 'ഖോ'(ഭൂട്ടാൻ പുരുഷന്മാരുടെ പാരമ്പര്യ വേഷം) അയാളെ ധരിപ്പിക്കുമ്പോൾ ഫോട്ടോയെടുക്കാനും യുവതികൾ അനുവദിച്ചു. ജർമ്മൻകാരനാണ് അയാൾ. അവിടെ ഒരു ഹോട്ടലിലെ പാചകക്കാരൻ. ഒപ്പമുള്ള യുവതി ഭൂട്ടാനിയാണ്. എന്നാൽ, വർഷങ്ങളായി ജർമ്മനിയിലാണ്. വീണുകിട്ടിയ അവധിക്കാലത്ത് പാചകക്കാരനായ കാമുകനെയുംകൂട്ടി സ്വന്തം നാടുകാണാനിറങ്ങിയതാണവൾ. സഹായിയായി നാട്ടിലെ കൂട്ടുകാരിയും.

കുത്തിറക്കത്തിൽ അവിടവിടായി പടികൾ കെട്ടിയിട്ടുണ്ട്. കമ്പിവേലിയിൽ പിടിച്ച് താഴെയും മുന്നിലുമുള്ള കാഴ്ചകൾ കണ്ട് പടിയിറങ്ങാം. തൊട്ടരുകിൽ തീരെ മോശമല്ലാത്ത ഏതോ വെള്ളച്ചാട്ടത്തിന്റെ ഇരമ്പമുണ്ട്. മൂടുപടംപോലെ മഞ്ഞിനൊപ്പം ജലകണങ്ങളും ഞങ്ങളെ തൊട്ടു തണുപ്പിക്കുന്നു. 'ഷോഗ്യാൽ താര'യെന്ന വെള്ളച്ചാട്ടമാണിത്. കുന്നിറങ്ങി സമതലത്തിലെത്തുമ്പോൾ നടവഴി കീറിമുറിച്ച് പതിക്കുകയാണിത്. 175 മീറ്റർ ഉയരത്തിൽനിന്നാണ് വരുന്നത്. പക്ഷേ, അതിന്റെ പതനത്തുടക്കം കാണാനാകുന്നില്ല. ചുറ്റും മഴകണങ്ങൾ വിതറി മഴവില്ലുകൾക്കൊപ്പം കുണുങ്ങിക്കുണുങ്ങിയൊഴുകുകയാണ്. തൊട്ടുമുകളിൽ മെഴുകുതിരി വിളക്കുകൾ നിരത്തിയ ധ്യാനഗേഹമുണ്ട്. 'ഇവിടെയെത്തുന്ന ഓരോരുത്ത

തക്സങ്ങിലേക്കുള്ള വഴി

തക്സങ്ങിലേക്കുള്ള വഴി

രിലും സമാധാനവും ശാന്തിയും നിറയ്ക്കാൻ ഇതുപോലെ മറ്റൊന്നില്ല'. ബുദ്ധചരിത്രത്തോടൊപ്പം തക്സങ്ങിന്റെ കഥകളും വരച്ച ചിത്രങ്ങൾ ധ്യാനഗേഹത്തിന്റെ ഭിത്തിയിലുണ്ട്. സമയം ഉച്ചയ്ക്ക് 12 കഴിയുന്നു.

ഒരു കുന്നുകൂടി കയറിയാലേ തക്സങ്ങിന്റെ പ്രവേശനകവാടത്തിലെത്തൂ. വെള്ളച്ചാട്ടത്തിനടുത്താണ് 'സിംഹ ഗുഹ'. രണ്ട് പാറമടയ്ക്കിടയിലുള്ള ഈ ഗുഹയിലാണ് ഡാകിനി യേഷി സുഗ്യാൽ തപസ്സിരുന്നത്. വജ്റാകിലായ അഥവാ ഫുർപ എന്നറിയപ്പെടുന്ന ബുദ്ധ വിശകലനത്തിന്റെ ആചാര്യനായിരുന്നു യേഷി സുഗ്യാൽ. അദ്ദേഹത്തിന്റെ സ്മരണാർത്ഥം ഗുഹയ്ക്ക് പ്രത്യേക പരിഗണന നല്കി സംരക്ഷിച്ചിട്ടുണ്ട്. അവിടേക്ക് കയറിപ്പോകാൻ പടികളും നിർമ്മിച്ചിട്ടുണ്ട്. പത്മസംഭവയ്ക്കുശേഷം പതിനൊന്നാം നൂറ്റാണ്ടുമുതലാണ് ബുദ്ധ സന്ന്യാസിമാരുടെ വിഹാരയിടമായി തക്സങ് മാറുന്നത്. മിലാറെപ, സങ്യെദാംപ, താങ്ടൻ ഗെയ്ൽപോ തുടങ്ങി നിരവധി ബുദ്ധസന്ന്യാസിമാർ ഇവിടം താവളമാക്കി. പന്ത്രണ്ടാം നൂറ്റാണ്ടിൽ പാരോയിലെ ബുദ്ധിസ്റ്റ് ലാപാ സ്കൂൾ സ്ഥാപിക്കുന്നതും ഇവരാണ്. തിബത്തിൽനിന്ന് 14-ാം നൂറ്റാണ്ടിൽ മല കടന്നെത്തിയ സൊനാം ഗേയ്ൽഷെൻ എന്ന ലാമയാണ് തക്സങ് വിപുലീകരിക്കുന്നതിന് തുടക്കമിട്ടതെന്ന് ചുവർചിത്രങ്ങൾ സാക്ഷിയാക്കി പഠനങ്ങൾ സൂചിപ്പിക്കുന്നു. കതോഗ്പ ബുദ്ധിസത്തിന് വഴിതുറന്നതും

തക്സങ്ങിലേക്കുള്ള വഴി

ഇദ്ദേഹമാണ്. 17-ാം നൂറ്റാണ്ടിന്റെ മദ്ധ്യത്തോളം ഇവിടം കതോഗ്പ ബുദ്ധിസത്തിന്റെ കർമ്മയിടമായിരുന്നു. നിരവധി തീപിടിത്തങ്ങൾ തരണം ചെയ്ത തക്സങ് 1958 ലാണ് പുതുക്കിപ്പണിതത്. 1998 ലുണ്ടായ തീപിടിത്തം മാരകമായിരുന്നു. ഇപ്പോൾ കാണുന്ന തക്സങ് രൂപപ്പെട്ടത് 2005 ലാണ്. പാരോ താഴ്വരയിൽനിന്ന് 3000 അടി ഉയരത്തിലാണ് തക്സങ്ങിന്റെ നില്പ്. സമുദ്രനിരപ്പിൽനിന്ന് 9678 അടിയും. 'ഏതോ മനുഷ്യായുസ്സിന്റെ പുണ്യ'മെന്നാണ് നാഷണൽ ജ്യോഗ്രഫിക് ബുക് തക്സങ്ങിനെ വിലയിരുത്തിയത്. സിംഹ ഗുഹ കാണുന്നതും വെള്ളച്ചാട്ടം ആസ്വദിക്കുന്നതും തിരികെ വരുമ്പോഴാകാമെന്ന് തീരുമാനിച്ച് ഞങ്ങൾ തക്സങ്ങിലേക്കുള്ള പടവുകളിൽ കാൽവച്ചു.

സിംഹവാലൻ കുരങ്ങുകൾ മരങ്ങളിൽനിന്ന് മരങ്ങളിലേക്ക് ചാടിമറിയുന്നു. തക്സങ്ങിന്റെ അനുബന്ധമായ പഗോഡകളിലെ തകരഷീറ്റുകൾക്ക് മീതെ കുട്ടിക്കരണം മറിഞ്ഞ് ശബ്ദമുണ്ടാക്കുകയാണ് വിരുതന്മാർ. ജന്തുക്കളെയൊന്നും ഉപദ്രവിക്കില്ലെന്ന പരിഗണന പരമാവധി മുതലാക്കുകയാണ് വാനരക്കൂട്ടം. തക്സങ്ങിലേക്ക് വളരെ പ്രായമുള്ളവരും നടന്നുകയറുന്നു. 'ഖോ' ധരിച്ച ഏതാണ്ട് 80 വയസ്സിലധികം പ്രായം തോന്നുന്ന വൃദ്ധനെ രണ്ട് ആൺമക്കൾ ചേർന്ന് തോളിലേറ്റി മുകളിലെത്തിക്കാനുള്ള വാശിയിലാണ്. വൃദ്ധൻ അതിന് സന്നദ്ധനല്ല. അദ്ദേഹ

ത്തിന് നടന്നുതന്നെ കയറണം. അതുവരെ നടന്നെത്തിയതിന്റെ ബുദ്ധിമുട്ട് മക്കൾ പറയുന്നുണ്ടെങ്കിലും അതൊന്നും തീരെ വകവയ്ക്കുന്നില്ല. അവസാനം കമ്പുകളൂന്നി വേച്ചുവേച്ച് അദ്ദേഹം കയറിത്തുടങ്ങി. മക്കളിലൊരാളോട് അദ്ദേഹത്തിന്റെ പ്രായമെത്രയെന്ന് തിരക്കി. ഉത്തരം അത്ഭുതപ്പെടുത്തി. കൃത്യമായി അറിയില്ല, 100 കടന്നുകാണും. അതിന്റെ പകുതിയാണ്ടുപോലും പിന്നിടാത്ത എന്റെ കിതപ്പ് കൂടിക്കൊണ്ടിരുന്നു. ആ വൃദ്ധന്റെ നിശ്ചയദാർഢ്യത്തിന് മുന്നിൽ അറിയാതെ തലകുനിഞ്ഞു.

പ്രത്യേക സുരക്ഷാപരിശോധനയുണ്ട് തക്സങ്ങിലേക്ക് കടക്കും മുമ്പ്. ധരിച്ച വസ്ത്രവും പണവും മാത്രമാണ് ഉള്ളിലേക്ക് കടത്തിവിടുക. ബാക്കിയുള്ളതെല്ലാം സൂക്ഷിക്കാൻ ലോക്കർ സംവിധാനമുണ്ട്. ക്യാമറയും മൊബൈൽഫോണുമൊന്നും കടത്തിവിടില്ല. ബാബുരാജും വിനോദ് ശങ്കറും തക്സങ് കയറാൻ തുടങ്ങിയിട്ടില്ല. അവരെത്തുംവരെ കാത്തിരുന്നാൽ രണ്ടുമണിക്കുശേഷമേ കയറാനാകൂ.

ഏപ്രിൽ മുതൽ ഒക്ടോബർവരെ രാവിലെ എട്ടുമുതൽ വൈകിട്ട് ആറുവരെയാണ് പ്രവേശനം. അല്ലാത്തസമയത്ത് വൈകിട്ട് അഞ്ചുവരെയും. ഞങ്ങൾ ഇന്ത്യയിൽ കേരളത്തിൽ നിന്നെത്തിയതാണെന്ന് പറഞ്ഞ് സുരക്ഷാഉദ്യോഗസ്ഥനോട് പ്രത്യേക അനുമതി വാങ്ങി. ബാബുവും വിനോദും താമസിച്ചെത്തിയാലും കടത്തിവിടാമെന്ന് ധാരണയാക്കി തക്സങ്ങിലേക്ക് കടന്നു. വഴിയിൽ തന്നെയാണ് പരിശുദ്ധജലം. പാറമടകൾക്കിട

തക്സങ്ങിനരികിലെ പ്രാർത്ഥനാ മന്ദിരം

തക്സങ്ങിനുമുന്നിലെ പരിശുദ്ധ ജല ഉറവ

യിലൂടെ ഒലിച്ചിറങ്ങിയെത്തുന്ന വെള്ളത്തിന് പ്രത്യേക രുചിയാണ്. അതിലൊന്ന് തൊടാതെ ഒരിറക്കെങ്കിലും കുടിക്കാതെ ആരും ഉള്ളിലേക്ക് നടക്കുന്നില്ല.

അവതാര മാഹാത്മ്യങ്ങൾ ഒരുപാടുണ്ട്. ഭൂട്ടാൻ ബുദ്ധിസ്റ്റ് സങ്കല്പത്തിൽ. ഒരുവേള ഭാരതീയനാണെന്ന് പറഞ്ഞുവയ്ക്കുന്നതിനൊപ്പം മലയാളിയാണോയെന്ന് സംശയിക്കുന്ന സാഹചര്യസാദ്ധ്യതകളും ഇല്ലാതില്ല. എട്ടാംനൂറ്റാണ്ടിൽ ഇന്ത്യയിൽനിന്ന് തിബറ്റിലൂടെ ഭൂട്ടാനിലേക്ക് പറന്നിറങ്ങിയ പൗരോഹിത്യസങ്കല്പമാണ് ഏറെ വിശ്വസനീയം. 'അമിതാഭ ബുദ്ധ'യെന്ന ബുദ്ധശിഷ്യന്റെ അവതാരമാണത്രെ പത്മസംഭവ. പതിനൊന്ന്, പന്ത്രണ്ട് നൂറ്റാണ്ടുകളിൽ രൂപപ്പെട്ട ബുദ്ധമത ചിന്താവ്യതിചലനങ്ങളുടെ സൃഷ്ടിയാകണം പത്മസംഭവ. വിമലമിത്ര, സോങ്സൻ, വൈരോചന, എന്നിങ്ങനെ ബൗദ്ധവിശകലനങ്ങളുടെ പരിപ്രേക്ഷിതനായി പത്മസംഭവ ആധിപത്യം നേടിയതാകണം അദ്ദേഹത്തെ അവതാരമായി അംഗീകരിക്കപ്പെട്ടതിന് പിന്നിൽ.

അവതാരമല്ലാത്ത ബുദ്ധനുശേഷം അവതരിച്ച ശിഷ്യന്മാർ പലരും അവതാര ബുദ്ധന്മാരായ കഥയാണ് ബുദ്ധചരിതം പരിശോധിച്ചാൽ വ്യക്തമാകുന്നത്. ഇപ്പോൾ പാകിസ്ഥാനിലുള്ള അന്നത്തെ ഇന്ത്യൻ പ്രദേശമായ സ്വാത് താഴ്വരയിൽ ധനകോഷ തടാകത്തിലെ ഒരു താമരപ്പൂവിൽ എട്ടാംവയസ്സിൽ കണ്ടെത്തിയ അവതാരമത്രെ പത്മസംഭവ. ഒഡ്യാണ

രാജാവ് തന്റെ പിന്തുടർച്ചക്കാരനായി എട്ടുവയസ്സുകാരനെ കണ്ടെങ്കിലും അതിലൊന്നും പിടികൊടുക്കാതെ പത്മസംഭവ ഇന്ത്യയുടെ വടക്കൻ പ്രദേശങ്ങളിലേക്ക് കടന്നു. തിബത്തിൽ റിവാൽസർ പ്രവിശ്യയിൽ എത്തിയ അദ്ദേഹം അവിടത്തെ രാജകുമാരി മന്തരാവയെ താന്ത്രിക് ബുദ്ധിസം പഠിപ്പിച്ചു. ഇത് കൈയോടെ പിടികൂടിയ രാജാവ് പത്മസംഭവയെ ചുട്ടുകൊല്ലാൻ ഉത്തരവിട്ടു. എന്നാൽ, ആളിക്കത്തുന്ന തീയിലും ഒന്നും സംഭവിക്കാതെ യോഗനിദ്രയിലിരുന്ന ഭിക്ഷുവിന് തന്റെ രാജ്യവും മകളെയും രാജാവ് ദാനംചെയ്തു. നേപ്പാളിലെ മറാത്തിക ഗുഹയിൽ താന്ത്രിക് ബുദ്ധിസം പരിശീലിച്ച് ഇരുവരും ജീവിച്ചു. 'ദോവ ഷെംബോ'യെന്ന മഴവിൽ ശരീരപരിണാമം സിദ്ധിച്ച ഇരുവരും ബുദ്ധസിദ്ധാന്ത വിശകലനത്തിൽ ഏറെ പ്രചാരം നേടി.

760 ൽ തിബത്തിലെ ആദ്യചക്രവർത്തി ടിസോങ് ദേത്സൻ നളന്ദ സർവ്വകലാശാലയിലെ പ്രമാണിയായിരുന്ന ഷിവാത്സോ (സന്താരാക്സിത)യെ തിബത്തിലേക്ക് ക്ഷണിച്ചു. തിബത്തിൽ ആദ്യ ബുദ്ധഗയ സ്ഥാപിക്കുകയായിരുന്നു ലക്ഷ്യം. ഇതേസമയം പത്മസംഭവയും ക്ഷണിക്കപ്പെട്ടു. തിബത്തിനെ പിടികൂടിയ മാറാവ്യാധികൾ ഉൾപ്പെടെയുള്ളവ ഇല്ലാതാക്കാനുള്ള താന്ത്രിക് വിദ്യകൾക്കാണ് പത്മസംഭവയുടെ സഹായം തേടിയത്. എന്നാൽ, ഷിവാത്സോയുടെ വരവോടെയാണ് നാട്ടിൽ മാറാവ്യാധികൾ തലപൊക്കിയതെന്നും, അതിനെ തുരത്താനാണ് പത്മസംഭവയെ ക്ഷണിച്ചതെന്നും ഇതിന് പാഠഭേദമുണ്ട്.

ബുദ്ധധർമ്മങ്ങളെല്ലാം തിബത്തൻ ഭാഷയിൽ എഴുതുന്നതിനാണ് ഇരുവരെയും ക്ഷണിച്ചുവരുത്തിയതെന്നും പറയപ്പെടുന്നു. ഇവർക്കൊപ്പം 108 തർജ്ജമക്കാരും പത്മസംഭവയുടെ പ്രിയപ്പെട്ട ശിഷ്യന്മാരും തർജ്ജമയിൽ സഹകരിച്ചു. പത്മസംഭവ 'തന്ത്ര'യിലും ഷിവാത്സോ 'സൂത്ര'ത്തിലുമാണ് ശ്രദ്ധയൂന്നിയത്. യഥാർത്ഥത്തിൽ താന്ത്രിക് ബുദ്ധിസം തിബത്തിന് പരിചയപ്പെടുത്തിയത് പത്മസംഭവയാണ്. 'നിങ്മ'യെന്ന് അറിയപ്പെടുന്ന ഒരു വിചാരധാരയാണിത്.

ഒരുമണിക്കൂറിലേറെ തക്സങ്ങിനുള്ളിൽ കറങ്ങിനടന്നു. യാത്രകൾ എപ്പോഴും പരിശുദ്ധമെന്നുതോന്നുന്നത് ഇത്തരമിടങ്ങളിലെത്തുമ്പോഴാണ്. ഈ ഇരുണ്ട ഗുഹകളിൽ കാലം എത്രയോ തപം ചെയ്തിട്ടുണ്ടാവും. ഈ പാറച്ചുവരുകളിൽ പറ്റിയുണങ്ങിയ പൊടിയിൽ എത്രയോ ബുദ്ധഭിക്ഷുക്കളുടെ നിശ്വാസം ഇപ്പോഴും ഒളിഞ്ഞിരുപ്പുണ്ടാകും. ഗുരു പത്മസംഭവയുടെ പ്രതിമയ്ക്കുമുന്നിൽ കുറേനേരം ശ്വാസമടക്കിപ്പിടിച്ചിരുന്നു. മഹായാന ബുദ്ധിസത്തിന്റെ സൂക്തപ്രമാണങ്ങൾ ഇളംകാറ്റായി ഉള്ളിലേക്കെത്തുന്നുണ്ടോ.

ബുദ്ധം ശരണം ഗച്ഛാമി
ധർമ്മം ശരണം ശച്ഛാമി

ഒൻപത് പരിശുദ്ധ ഗുഹകളാണ് തക്സങ്ങിന്റെ പ്രത്യേകത. മച്ചിങ്

തക്സങ് മൊണാസ്ട്രിയിലേക്കുള്ള വഴി

പങ് എന്നാണ് അതിലേറ്റവും പ്രധാനമായതിന്റെ പേര്. തക്സങ് വിഹാരത്തിന് മുന്നിലെ വെള്ളച്ചാട്ടത്തിനരികിലാണ് ഈ ഗുഹ. അതിനടുത്തു തന്നെ മാന്ത്രിക വജ്രകേളിയുടെ ഗുഹ. ഇവിടെ ഗുരു റിംപോച്ചെ തപസ്സിരുന്നുവത്രെ. പെൽഫങ്, ഡ്രോളോ ഫങ്, ഒഡ്സൽ ഫങ്, ഗെഡിങ് ഫങ്, ഷോഗ്യൽ ഫങ്, ക്ഫ്ലി ഫങ്, ഫങ്മോ ഇ ഫങ് ഇങ്ങനെയൊക്കെയാണ് മറ്റ് പരിശുദ്ധ ഗുഹകൾ അറിയപ്പെടുന്നത്.

ഭൂട്ടാനീസ് ഉച്ചാരണം ഇത്രത്തോളം ലളിതമല്ലെന്ന സത്യപ്രസ്താവനകൂടി നടത്തിക്കോട്ടെ. തക്സങ്ങിന് ചുറ്റും അഞ്ച് പരിശുദ്ധ ജലപ്രവാഹമുണ്ട്. ഡ്രബ്ഷുവെന്നാണ് ഇവ അറിയപ്പെടുന്നത്. ഇവ കൂടാതെ ഭാര്യയെ കടുവയാക്കി മാറ്റുംമുമ്പ് അവരെ പരിശീലിപ്പിച്ച ചെങ്കുത്തായ പർവ്വതക്കൂട്ടവും തക്സങ്ങിനരികിലുണ്ട്. അതൊക്കെ ബുദ്ധിസ്റ്റ് വിശ്വാസത്തിന്റെ അടയാളമായി അവിടവിടെ ചരിത്രം വിളിച്ചുചൊല്ലി നില്പുണ്ട്.

കുന്നിറങ്ങി സിംഹഗുഹയിലേക്കുള്ള പടിക്കെട്ടിൽ കുറേനേരംകൂടി ചെലവിട്ടു. വെള്ളച്ചാട്ടത്തിന് മീതെ മഞ്ഞുരുകിയിട്ടുണ്ട്. ജലകണങ്ങളുടെ വ്യാപ്തി താഴ്വരയിലേക്ക് പറക്കുന്നു. എത്ര മനോഹരമായാണ് ഈ താഴ്വാരം ബുദ്ധനെ സൂക്ഷിക്കുന്നത്. അല്ലെങ്കിൽ എന്തുമാത്രം ബുദ്ധകടാക്ഷമാണ് ഈ ഭിക്ഷുക്കളിലൂടെ താഴ്വര, താഴ്വര കടന്ന് ലോകത്തോളം വികസിക്കുന്നത്. തിരിച്ചിറങ്ങിയത് പരമാവധി വേഗത്തിലാണ്. അതും കൂട്ടം തെറ്റി, ഊടുവഴികളിലൂടെ നിന്നും ഇരുന്നും നിരങ്ങിയും

കിതച്ചും. വാഹനമിട്ടിരിക്കുന്നതിന്റെ തൊട്ടടുത്തുവച്ച് കുളിർപ്പിക്കുന്ന മഴയെത്തി. യാത്രയുടെ എല്ലാ ക്ഷീണവും കഴുകിയകറ്റുന്ന മഴ. വൈകിട്ട് അഞ്ചുമണിയോടെ മടക്കയാത്ര തുടങ്ങി. അത്താഴമുണ്ടാക്കാനുള്ളതെല്ലാം തിംഫുവിൽനിന്ന് സംഭരിക്കുമ്പോൾ സന്ധ്യ യാത്ര പറഞ്ഞു. നെഞ്ചിലേക്ക് കുത്തിയാഴ്ത്തുന്ന തണുപ്പിലൂടെ വീണ്ടും അബിയുടെ ചൂടുള്ള സങ്കേതത്തിലേക്ക്.

ബൗദ്ധദർശനത്തെക്കുറിച്ച് ഡോ. എൻ രാമാനുജന്റെ ഒരു കുറിപ്പുണ്ട്. ശ്രീലങ്കയിൽ സഞ്ചാരത്തിനിടെ കൈയിൽ കിട്ടിയ ഒരു പുസ്തകം 'ബുദ്ധിസം ആൻഡ് കൾച്ചർ' വായിച്ചപ്പോഴുണ്ടായ അനുഭൂതിയാണ് കുറിപ്പ്. (*യുക്തിരാജ്യം*, 2015 നവംബർ, 'ബൗദ്ധദർശനത്തിന്റെ, ശ്രീലങ്കൻ വീക്ഷണം'). 'ബുദ്ധമതം മനുഷ്യരിൽ ഉറങ്ങിക്കിടക്കുന്ന അനന്തമായ സാദ്ധ്യതകളെ തിരിച്ചറിയുന്നു. അതിനാൽ മനുഷ്യന് അവന്റെ ദുരിതങ്ങളിൽനിന്നും രക്ഷപ്പെടാൻ അവന്റെ സ്വന്തം കഴിവ് മതിയെന്ന് ബുദ്ധമതം വിശ്വസിക്കുന്നു. അതിന് ദൈവികമായ ഒരു സഹായമോ പുരോഹിതന്റെ മദ്ധ്യസ്ഥതയോ ആവശ്യമില്ല'. തക്സങ് മൊണാസ്ട്രിയിലേക്കുള്ള യാത്ര കഴിഞ്ഞ് മാസങ്ങൾക്കുശേഷം ഇത് വായിച്ചപ്പോൾ ഈ നിരീക്ഷണം എത്രയോ സത്യമെന്ന് തോന്നിപ്പോയി.

പുനാഖ

ഭൂട്ടാനീസ് രീതിയിൽ വസ്ത്രമണിഞ്ഞ മൂന്ന് പെൺകുട്ടികൾ. ചുവന്ന കോളറും കൈയറ്റവുമുള്ള നീലയുടുപ്പാണ് മേൽവസ്ത്രം. നേവി നീല പാവാടയും. ഓടുപാകിയ കൂടാരത്തിന് താഴെ തടിയിൽ തീർത്ത വട്ടമേശയ്ക്കരികിൽനിന്ന് അവർ ഭക്ഷണപ്പെട്ടി തുറക്കുകയാണ്. ഇതിനിടെ എന്തൊക്കെയോ സംസാരിക്കുന്നുണ്ട്. തലേന്ന് മന:പാഠമാക്കിയ ചില ഭൂട്ടാനിവാക്കുകൾ മേമ്പൊടിയാക്കി ഞാനൊന്നു കുശലംപറഞ്ഞു. പെൺകുട്ടികൾ തൊട്ടുമുന്നിൽ ഒഴുകുന്ന പുഴപോലെ പൊട്ടിപ്പൊട്ടിച്ചിരിക്കുന്നു. കൂറ്റൻ പൈൻമരത്തിന്റെ ചുവട്ടിൽ ചാരിവച്ച കരിങ്കൽപ്പാളിയിൽ ചുവന്ന അക്ഷരത്തിൽ ലോർഡ് ബെയ്റന്റെ വരികൾ; ചൈൽഡ് ഹാരോൾഡ്സ് പിൽഗ്രിമേജിലെ,

'വഴിയില്ലാക്കാടിന്റെ സുഖം
ഏകാന്തതീരത്തിൻ ഹർഷം
ആരും വരാനില്ലാത്ത ലോകം
നീലക്കടലിന്റെ തിരസംഗീതം;
ഞാൻ നിന്നെ സ്നേഹിക്കുന്നു
അതിനേക്കാളേറെ ഈ പ്രകൃതിയെ
ഓരോ സമാഗമത്തിലും ഞാൻ കവർന്നത്
എന്നിലെ എന്നെത്തന്നെയാകാം.
എനിക്കൊന്നും മറക്കാനാകുന്നില്ല
നീയുമൊത്തുള്ളയൊന്നും'

പുനാഖ ഹയർസെക്കന്ററി സ്കൂളിലെ സുന്ദരിക്കുട്ടികളാണവർ. രണ്ട് നദികളുടെ സംഗമയിടത്താണ് ഞങ്ങളും അവരും നില്ക്കുന്നത്. റോഡിനോട് ചേർന്ന് അതിമനോഹരമായ സ്കൂൾ കാമ്പസ്, 1973 മെയ് 13

പുനാഖ ഹയർസെക്കന്ററി സ്കൂൾ

ന് സ്ഥാപിച്ചത്. അവരുടെ ഭക്ഷണത്തിനിടയിലും കുറേ ഇംഗ്ലീഷ് വാക്കുകളിൽ ഞങ്ങൾ പലതും പങ്കുവച്ചു, എനിക്കുനീട്ടിയ ഭക്ഷണം തിരസ്കരിച്ചതിന്റെ ചെറിയ പരിഭവത്തോടെ. ഒപ്പമുണ്ടായിരുന്ന സുഹൃത്തുകളും അടുത്തെത്തി അവരെ പരിചയപ്പെട്ടു.

കൂടിച്ചേരലിന്റെയും വേർപിരിയലിന്റെയുമൊക്കെയിടമാണ് പുനാഖ. തിംഫുവിലേക്ക് തലസ്ഥാനം മാറ്റിക്കൊണ്ടുപോകുംവരെ ഇവിടമായിരുന്നു ഭൂട്ടാന്റെ ആസ്ഥാനം. ഇപ്പോഴും വർഷത്തിലൊരിക്കൽ ഭൂട്ടാൻ രാജകുടുംബാംഗങ്ങൾ ഒത്തുചേരുന്നത് ഇവിടെയാണ്. എല്ലാത്തിനും സാക്ഷിയായി രണ്ട് നദികളുടെ സംഗമസ്ഥാനം. പോചുവിന്റെയും മോചുവിന്റെയും. നദികൾ മലകൾക്കിരുവശത്തുനിന്നുമെത്തി ഒത്തുചേരുന്നതും ഇവിടെ.

ഈ പുഴകൾക്കും പറയാനുണ്ട് ഒരു ഭൂട്ടാനീസ് പുരാണം. പോചു എന്നാൽ ഭൂട്ടാനിൽ പിതാവും മോചു മാതാവുമാണ്. ഗുരു റിംപോച്ചെയെന്ന പത്മസംഭവയുടെ ഭൂട്ടാനിലേക്കുള്ള വരവുകൂടി ബന്ധിപ്പിച്ചാണ് പല കഥകളും. തിബത്തിൽനിന്ന് ഭൂട്ടാന്റെ വടക്കൻ കുന്നുകൾക്കിടയിലൂടെ ലുനായിൽ നിന്നാണ് മോചുവിന്റെ വരവ്. പോചു പുനാഖ താഴ്വരയിൽനിന്നും. ഇവിടെ ഒത്തുചേരുമ്പോൾ നദിക്ക് പുതിയ പേര്, പുനാത് സാങ്ചു. മറ്റൊരു പേരാണ് നമുക്ക് പരിചിതം. ആസാമിന്റെ കുളിരും പേറി ബ്രഹ്മപുത്രയ്ക്ക് കരുത്തുനല്കുന്ന സങ്കോഷ് നദി.

പുനാഖയുടെ ബുദ്ധവിഹാരം ചുറ്റി ഒന്നിച്ചുചേർന്ന് ഒഴുകുകയാണവർ. ഈ ഒത്തുചേരലിന്റെ മധുരമോർത്ത് എത്ര വേണമെങ്കിലും

പൈൻമരച്ചോട്ടിലെ കവിത

ഇവിടെ നില്ക്കാം. ഡ്രൈവർ തിരക്കുകൂട്ടുന്നു. സന്ധ്യക്ക് മുമ്പ് ഇവിടം വിട്ടില്ലെങ്കിൽ മടക്കയാത്ര ബുദ്ധിമുട്ടാകും. പുലർച്ചെ ഭൂട്ടാന്റെ തലസ്ഥാനമായ തിംഫുവിൽനിന്ന് തുടങ്ങിയതാണ് യാത്ര. മടങ്ങിയെത്തേണ്ടന്നത് തിംഫുവിൽ പ്രിയ സുഹൃത്ത് അബിയുടെ അരമനയിലേക്കാണ്. പുനാഖദ് സോങ്ങിനെ അറിയപ്പെടുന്നത് അനുഭൂതികളുടെ കൊട്ടാരമെന്നാണ്. ഭൂട്ടാനിലെ നൂറ്റാണ്ട് പിന്നിട്ട വാങ്ചുക് രാജവംശത്തിന്റെ ആസ്ഥാനമായിരുന്നു ഇവിടം. അതിന്റെ ചരിത്രമെല്ലാം പിന്നെപ്പറയാം. ഞങ്ങൾ അവിടമാകെ ചുറ്റിയടിക്കാൻ വാഹനത്തിലേക്ക് കയറി.

ഭൂട്ടാൻ രാജാവ് ജിഗ്മെ കെസാറിന്റെ വിവാഹാഘോഷങ്ങളുടെ ഭാഗമായി നിർമ്മിച്ച കൂറ്റൻ കവാടം റോഡിന് കുറുകെയുണ്ട്. 2011 ഒക്ടോബർ 13 ന് സ്ഥാപിച്ചതാണിത്. ഒട്ടുമിക്ക ബുദ്ധവിഹാരങ്ങളുടെ കവാടം പോലെയാണിതും. ഡ്രാഗണും പൂക്കളും കൊത്തുപണികളുമൊക്കെ സമന്വയിക്കുന്ന നിറഗോപുരം. ഒരു സുഖവാസകേന്ദ്രത്തിന്റെ ഉണർവ്വുണ്ടാക്കുന്ന കാഴ്ചയാണ് പുനാഖ കൊട്ടാരത്തിന്. ദൂരെക്കാഴ്ചയിൽ അഭിജാതമായ ഒരു ബുദ്ധവിഹാരത്തിന്റെ രൂപം. ചുറ്റിലും കാവൽഗൃഹങ്ങൾ, പുഴ, അതിനപ്പുറം വിശാലമായ പാടങ്ങൾ, കുന്ന്, കാട്, ചുറ്റിലും ചിരിക്കുന്ന ചെടികൾ. സോങ്ഖാങ് ഫോറസ്ട്രി സെക്ടറിനുള്ളിലാണ് ഈ പ്രദേശമാകെ. അരികിലായി വനംവകുപ്പിന്റെ മോചു പാർക്ക്.

പുനാഖ കൊട്ടാരത്തിലേക്ക് കടക്കുന്നത് മോചുനദിക്ക് കുറുകെ

യുള്ള പാലത്തിലൂടെയാണ്. അതിനരികിൽ വാഹനം പാർക്ക് ചെയ്ത് ഞങ്ങൾ നടന്നു. ഉള്ളിൽ കടക്കാൻ ചെറിയ ഫീസുണ്ട്. അത് ഡ്രൈവർ നേരത്തെ ഒടുക്കിയിരുന്നു. 'പുനാ മോചു ബസാം' എന്നറിയപ്പെടുന്ന നടപ്പാലം വെള്ളപ്പൊക്കത്തെ എക്കാലവും പേടിക്കുന്നു. പലവട്ടം തകർന്നടിഞ്ഞ ഇതിനെ 2008 ൽ ജർമ്മൻ സഹായത്തോടെയാണ് പുതുക്കി പണിഞ്ഞത്. ഭൂട്ടാന്റെ സാമ്പ്രദായിക രീതിക്കനുസരിച്ച് സ്വിറ്റ്സർലണ്ടുകാരനായ എഞ്ചിനീയർ രൂപകല്പന ചെയ്ത ഇതിന് 55 മീറ്ററാണ് ദൈർഘ്യം. അതിന്റെ വിശദവിവരവും ചെലവിട്ട തുകയുമെല്ലാം ശിലാഫലകത്തിലുണ്ട്. തടിയിൽ നിർമ്മിച്ച പാലത്തിന് മേല്പുരയുള്ളതിനാൽ നടക്കുമ്പോൾ കുലുക്കം അനുഭവിക്കുന്നത് സ്വാഭാവികം. മേല്പുരയോട് ചേർന്ന മട്ടുപ്പാവിൽ ഭൂട്ടാന്റെ ചരിത്രമെല്ലാമുൾക്കൊണ്ട പ്രദർശനഹാളുമുണ്ട്.

ചുവന്നവസ്ത്രം ധരിച്ച ലാമമാർക്കൊപ്പം വിദേശികളും പാലത്തിലൂടെ അക്കരെയിക്കരെ കടക്കുന്നു. ഭൂട്ടാനീസ് വാസ്തുശില്പകലയുടെ മനോഹര അടയാളമാണ് പുനാഖ കോട്ട. യഥാർത്ഥത്തിൽ ഒരു മൊണാസ്ട്രിയെ ചുറ്റിയുള്ള ഭരണകേന്ദ്രമായിരുന്നു ഇവിടം. നാലുതട്ടുകളാണ് കൊട്ടാരത്തിന്. അവയ്ക്ക് ഓരോന്നിനും വ്യത്യസ്തമായ നിർമ്മാണരീതിയാണ്. കുംഭഗോപുരം, ഇടത്തട്ട്, വീണ്ടുമൊരു കെട്ട്, പിന്നെ നാലാം കെട്ട്, അതിനുതാഴെ രണ്ട് നിലകൾ. ഒന്നും രണ്ടും മൂന്നും മേല്ക്കൂര

പോചുവിന്റെയും മോചുവിന്റെയും സംഗമസ്ഥാനം

പുനാ മോചു ബസാം എന്ന നടപ്പാലം

ക്കെട്ടുകളിൽ നാലുവശത്തേക്കും വ്യാളികൾ പറക്കുന്നു. ഏതോ രക്ഷാദേവതയുടെ പ്രതീകംപോലെ. ജനാലപ്പടികളെല്ലാം അത്യാകർഷക കൊത്തുപണികളാൽ അലംകൃതം. അതിലോരോന്നും വ്യത്യസ്ത നിറങ്ങളിൽ വേറിട്ടുനില്ക്കുന്നു. ആദ്യകാഴ്ചയിൽത്തന്നെ ഏതോ ഡാകിനിക്കൊട്ടാരത്തിന്റെ ഓർമ്മയുണർത്തുന്നു. കാവിയിലും കടുംനീലയും മഞ്ഞയും ചുവപ്പും കറുപ്പും വെളുപ്പുമെല്ലാം ചേരുന്ന വർണ്ണസങ്കലനം. തൂണുകളിലെല്ലാം ചിത്രപ്പണികൾ. പിന്നെ ഭൂട്ടാനീസ് ഭാഷയിൽ കൊത്തിയ ബുദ്ധസൂക്തങ്ങൾ.

വെള്ളച്ചായം പൂശിയ ഇരുപതോളം പടവുകൾ കയറിവേണം പുനാഖയുടെ മുന്നിലെത്താൻ. അവിടെനിന്ന് മൂന്നായി വിഭജിച്ച പതിനഞ്ചോളം പടിയുണ്ട്, തടിയിൽ നിർമ്മിച്ചത്. പൂമുഖപ്പടിയിൽ ഇരുവശത്തും കൂറ്റൻ പ്രാർത്ഥനാചക്രങ്ങൾ. ഓരോ ബുദ്ധസന്ന്യാസിമാരുടെ സാന്നിദ്ധ്യം സാലഭഞ്ജികകളെപ്പോലെ ഇരുവശവുമുണ്ട്. പട്ടുറുമാലുകൾ ഞാത്തിയിട്ട പ്രാർത്ഥനാചക്രങ്ങളിൽ അറിയാതെ തൊട്ടു. മാസ്മരമായ മണിയൊച്ച അവിടമാകെ വ്യാപിക്കുകയാണ്. നിരവധി സർക്കാർ ഓഫീസുകൾ ഈ കോട്ടയ്ക്കുള്ളിലുണ്ട്. എന്നാൽ, അവയ്ക്കെല്ലാം ഒരു ബുദ്ധ വിഹാരത്തിന്റെ നിശ്ശബ്ദത. 1637 ൽ നിർമ്മിച്ച പുനാഖ ഭൂട്ടാനിലെ ഏറ്റവും വലിയ രാജകീയ കോട്ടയാണ്. ഭൂട്ടാന്റെ സ്ഥാപകനായ നവാങ് നംഗ്യേൽ എന്ന തിബത്തൻ ആചാര്യൻ പണിത രണ്ടാമത്തെ കോട്ടയാണിത്. ഗുരു

റിംപോച്ചെയെന്നറിയപ്പെടുന്ന അദ്ദേഹത്തിന്റെ വർണ്ണചിത്രം ചുവരിലുണ്ട്. അതോടൊപ്പം അപദാനങ്ങൾ വിവരിക്കുന്ന കൊളാഷും. വരകളുടെ വിസ്മയം വല്ലാത്തതാണ്. ഭൂട്ടാനികളുടെ ഒഴിച്ചുകൂടാനാകാത്ത സ്വത്വമാണ് ഡ്രാഗൺ. എല്ലാ വരകളും ഡ്രാഗണിന്റെ ഒഴുക്കാർന്ന വളവുതിരിവുകൾ പോലെയാണ്. ഗവേഷകർക്ക് മതിയാവോളം പുണരാനുള്ള എല്ലാമെല്ലാം ഈ ചുവരുകളിലുണ്ട്. അത്തരം കാര്യങ്ങളിൽ തീരെ അവഗാഹമില്ലാത്ത ഈയുള്ളവന് കണ്ടുനില്ക്കാനേ പറ്റൂ. ഉള്ളിലേക്കുള്ള വഴിക്കരികിലെ ജനാലയ്ക്ക് മീതെ തീരെ ചെറുതല്ലാത്ത ഓട്ടുമണി. അങ്ങകലെ കുന്നുകൾക്കുമകലെ നീലാകാശം. കളംതിരിച്ച കണ്ണാടി ജനാലയിലൂടെ നോക്കി നില്ക്കുമ്പോൾ ഏതോ ചലച്ചിത്രദൃശ്യം അറിയാതെ മനസ്സിലൂടെ ഓടിപ്പോയി. ഏതായിരുന്നു ചലച്ചിത്രമെന്ന് ഇപ്പോഴും ഓർക്കുന്നില്ല. നീലയൂണിഫോം ധരിച്ച സുരക്ഷാപാലകരാണ് ഉമ്മറത്ത്(ആണും പെണ്ണും). വിശദപരിശോധനയ്ക്കുശേഷം അവർ ഉള്ളിലേക്ക് കടത്തിവിട്ടു. ക്യാമറ ഒപ്പംവയ്ക്കാനും അനുവദിച്ചു.

മാൻകുട്ടി മയങ്ങുന്ന മരത്തണലിൽ കൈകളിൽ ജപമാലയുമായി കൺതുറന്നിരിക്കുന റിംപോച്ചെയുടെ ചിത്രമാണ് ചുവരിൽ. ചുറ്റിലും ഇളംനിറത്തിലുള്ള പൂക്കൾ. മേഘങ്ങൾ മാറിനില്ക്കുന്ന പർവ്വതക്കൂട്ടങ്ങൾ. അതിനിടയിൽ മറ്റൊരു മാൻകുട്ടി. കുറച്ചകലെ മസ്തകം താഴ്ത്തിയ കൊമ്പനാന. രാശിചക്രങ്ങളിൽ ആട്ടിൻകുട്ടി ഉൾപ്പെടെയുള്ള മൃഗ

പുനാഖ മൊണാസ്ട്രിയുടെ തലയെടുപ്പ്

രൂപങ്ങൾ. അതിന്റെയെല്ലാം സംരക്ഷകനായി വ്യാളിരൂപം. യഥാർത്ഥ ത്തിൽ ഞാനൊരു വിസ്മയലോകത്താണ്. അനന്തമായി നീണ്ടുപോകുന്ന ചതുരക്കളങ്ങളിൽ ഒന്നോ രണ്ടോ നിമിഷം നോക്കിനിന്നു. ആ കളങ്ങ ളുടെ അവസാനം ബുദ്ധൻ ചിരിക്കുന്നുവോ? കണ്ണുകളെ കബളിപ്പിക്കുന്ന ജാമിതീയക്കളങ്ങളിൽ എന്തോ ഒളിച്ചിരിക്കുന്നു. മനസ്സിൽ നിശ്ശബ്ദമായി മന്ത്രണം ഒഴുകിയെത്തുന്നു. 'ബുദ്ധം ശരണം ഗച്ഛാമി...'

നമ്മുടെ നാലുകെട്ടുപോലെയാണ് പുനാഖയ്ക്ക് ഉൾവശം. തൂണു കൾക്കിടയിലുള്ള പടിക്കെട്ടുകൾ കയറിയിറങ്ങുമ്പോൾ അവിടവിടായി വാതിലുകൾ. അതിനുമീതെ ഓരോ സർക്കാർ ഓഫീസിന്റെയും ഫലകം തൂങ്ങിക്കിടക്കുന്നു. 1955 ൽ ഭൂട്ടാന്റെ തലസ്ഥാനം തിംഫുവിലേക്ക് മാറ്റി. എന്നിട്ടും എല്ലാ രാജാക്കന്മാരുടെയും കിരീടധാരണം നടന്നത് ഇവി ടെവച്ചാണ്. ഇന്നും ഭൂട്ടാൻ രാജകുടുംബത്തിന് കുലക്ഷേത്ര ആദരവാണ് പുനാഖ. ഇതിനുള്ളിൽ ബൗദ്ധ സർവ്വകലാശാല പ്രവർത്തിക്കുന്നു. നടു മുറ്റത്ത് കാലചക്രസ്തൂപം ബോധിവൃക്ഷത്തിനരികിലാണ്. ഇതിനെ അറി യപ്പെടുന്നത് ചോർട്ടെൻ എന്നാണ്. വെള്ളയും സ്വർണ്ണനിറവുമെല്ലാം അതി നുമീതെ കോരിച്ചൊരിഞ്ഞിട്ടുണ്ട്. തൊട്ടുപിന്നിൽ കൂറ്റൻ അരയാൽ. ചുറ്റിലും കൽക്കെട്ട്. ഇത്തിരിനേരം അതിന്റെ കാറ്റേറ്റിരുന്നു. ദശാബ്ദ ങ്ങളുടെ പഴക്കം ആൽമരത്തിനുണ്ട്. കൊഴിഞ്ഞുവീഴുന്ന ഇലകൾ പെറു ക്കിമാറ്റാൻ ചുവന്നവസ്ത്രം ധരിച്ച കുട്ടികൾ വന്നുമറയുന്നു. പഠിതാക്ക

പുനാഖ മൊണാസ്ട്രിയുടെ കവാടം

ബോധിവൃക്ഷം

ളുടെ കർമ്മയോഗയാണത്രെ അരയാലിന്റെ ഇല ശേഖരിക്കൽ.

ഭൂട്ടാനീസ് വാസ്തുശില്പകല ഒന്നാകെ ഇതിനുള്ളിലുണ്ട്. തൂണിലും തുരുമ്പിലുമെല്ലാം. ലാമമാരുടേതുപോലെ വസ്ത്രം ധരിച്ച പെൺകുട്ടികളും ഇടയ്ക്കിടെ വന്നുപോകുന്നു. അവരും ഇവിടെ വിദ്യാർത്ഥികളാണ്. എത്ര ഇടനാഴികൾ പിന്നിടുവെന്ന് നിശ്ചയം പോര. ഓരോ കവാടത്തിലും ചുവർ ചിത്രങ്ങൾ കഥ പറയുന്നു. അതും നിറങ്ങളുടെ എല്ലാ ചാരുതയും പുറത്തുകാട്ടി.

ലാമമാർ താമസിക്കുന്ന സ്ഥലത്തേക്ക് സഞ്ചാരികൾക്ക് പ്രവേശനമില്ല. എങ്കിലും അടക്കിവയ്ക്കാനാകാത്ത കൗതുകത്താൽ ഞാനും ഒപ്പമുള്ള കിരൺബാബുവും അതിനുള്ളിൽ കടക്കാൻ ശ്രമം നടത്തി. പടിക്കെട്ടുകൾ കയറി മുകളിലെത്തിയെങ്കിലും അവിടെ ചിലർ തടഞ്ഞുനിർത്തി. കോട്ടമതിലിനുള്ളിൽ രാജമന്ദിരം, സന്ന്യാസി മഠം, ബുദ്ധ പാഠശാല, ആയുധപ്പുര, കലവറ തുടങ്ങി നിരവധി സങ്കേതങ്ങളുണ്ട്. വിശാലമായ സമ്മേളന വേദിപോലും നിലവറകൾക്കുള്ളിലുണ്ടെന്ന് പറയപ്പെടുന്നു. എന്നാൽ, അതെല്ലാം തികച്ചും ദുരൂഹമാണ്. ഭൂട്ടാൻ നാഷണൽ അസംബ്ലി ആദ്യമായി ഇവിടെയാണ് ചേർന്നത്. ഫോട്ടോ പകർത്താൻപോലും അനുവദിച്ചില്ല. പുങ്തിമിലെ സെൻട്രൽ മൊണാസ്ട്രിക് ബോഡിയുടെ പ്രത്യേക ഉത്തരവ് ചുവരിൽ ചില്ലിട്ടുവച്ചിട്ടുണ്ട്; ആരും ഉള്ളിലേക്ക് കടക്കരുതെന്നും ചിത്രമെടുക്കരുതെന്നും.

പ്രധാന മൊണാസ്ട്രിക്കുള്ളിൽ ഗുരു റിംപോച്ചെയുടെ പ്രതിമ

പുനാഖ മൊണാസ്ട്രിക്കുള്ളിൽ

സ്ഥാപിച്ചിട്ടുണ്ട്. ചുവർചിത്രങ്ങളിൽ മദ്ധ്യേയാണ് ഗുരുവിന്റെ സ്ഥാനം. ഗുഹകൾ പോലെ തോന്നിച്ച ഊടുവഴികളിലൂടെ ഇറങ്ങിക്കയറി നടന്നു. എത്രകണ്ടാലും തീരാത്ത പൗരാണികത ഈ ചുവരുകളിൽ മറഞ്ഞിരിക്കുന്നു. ഇന്ത്യയിൽനിന്ന് പതിനാലാം നൂറ്റാണ്ടിൽ എത്തിയ വനരത്ന എന്ന ബുദ്ധ സന്ന്യാസിയുടെ ആസ്ഥാനമായിരുന്നുവത്രേ പുനാഖ. അദ്ദേഹം സ്ഥാപിച്ച വിഗ്രഹങ്ങളും മറ്റുമൊക്കെ ഇപ്പോഴും കോട്ടയ്ക്കുള്ളിൽ സുരക്ഷിതമായി നിലകൊള്ളുന്നു.

തൊട്ടടുത്തുതന്നെയാണ് മാചെൻ സിങ്ചു എന്ന ക്ഷേത്രം. 1652 ൽ മരിച്ച നംഗ്യേലിന്റെ ബൗദ്ധശരീരം കോട്ടയ്ക്കുള്ളിലെ ക്ഷേത്രത്തിൽ സൂക്ഷിച്ചിട്ടുണ്ട്. എന്നാൽ ഇവിടേക്ക് രാജാവിനും ചിലർക്കും മാത്രമേ പ്രവേശനമുള്ളൂ. പ്രാവിൻകൂട്ടമാണ് ചുറ്റും. രണ്ട് കുട്ടികൾ താലത്തിൽ ധാന്യമണികളുമായി തറയിലിരിപ്പുണ്ട്. അവർക്ക് ചുറ്റുമാണ് പ്രാവുകൾ. കൊത്തിപ്പെറുക്കാൻ പറന്നണയുന്ന അവയിൽ ചിലരെയെല്ലാം കുട്ടികൾ തൊട്ടുതലോടുന്നു. ക്ഷേത്രത്തിന്റെ നിർമ്മിതിയിലും പ്രത്യേകതയുണ്ട്. വെള്ളമൊഴുകിപ്പോകാനുള്ള ഓടകളും ഓവുചാലുമൊക്കെ സജ്ജീകരിച്ചിട്ടുണ്ട്. ഓടകൾക്കുമീതെ കരിങ്കൽപ്പാളികൾ വിരിച്ച് സുരക്ഷയും ഉറപ്പാക്കിയിട്ടുണ്ട്.

ഏതാണ്ട് 10 വയസ്സ് തോന്നിക്കുന്ന കുട്ടിലാമ ക്ഷേത്രകവാടത്തിലുണ്ട്. കൈയിലിരിക്കുന്ന മൊബൈലിൽ ഏതോ കളിയിൽ മുഴുകിയി

രിക്കുന്നു. എന്ത് ചോദിച്ചിട്ടും മറുപടി നല്കാതെ, ഞങ്ങളെ നോക്കാതെ, മൊബൈലിൽമാത്രം ശ്രദ്ധിച്ച്.

തീരെ അകലെയല്ലാതെ നദിക്കരയിൽ മറ്റൊരു കൊട്ടാരം കാണാം. ഭൂട്ടാനിലെ രാജകുടുംബാംഗങ്ങളുടെ തങ്ങലിടമാണത്. ഒഴിവുവേളകളിൽ അവർക്കുള്ള ഉല്ലാസയിടം.

മടക്കയാത്രയ്ക്കുമുമ്പ് മോചുനദിക്ക് കുറുകെയുള്ള തൂക്കുപാലം കൂടി കാണാമെന്ന് ഡ്രൈവർ നിർദ്ദേശിച്ചു. ഒരു കിലോമീറ്ററോളം നടവഴിയാണ്. പൈൻ മരക്കഷണങ്ങൾ ഉറപ്പിച്ച പ്രത്യേക പാലം കടന്നുവേണം കാൽനട തുടങ്ങേണ്ടത്.

തദ്ദേശീയരായ ഭൂട്ടാനികുടുംബം ഞങ്ങൾക്ക് മുന്നിൽ യാത്രയിലാണ്. അതിലെ യുവാവ് സൗഹൃദത്തിലായി. അയാളെ ഇംഗ്ലീഷ് പഠിപ്പിച്ച അദ്ധ്യാപകൻ മലയാളിയാണത്രെ. ശ്രീകുമാർ എന്നാണ് അദ്ധ്യാപകന്റെ പേര്. മറ്റൊന്നുമറിയില്ല. അവന്റെ സഹോദരന്റെ ഭാര്യയും കുഞ്ഞുമാണ് ഒപ്പമുള്ളത്. പുനാഖയിലെ ഒരു ബന്ധുവീട്ടിൽ വന്നതാണവർ.

ഇരുമ്പുതകിടുകൾ ഉറപ്പിച്ച തൂക്കുപാലം. നിർമ്മിതിയിൽ തന്നെ വളരെ വ്യത്യസ്തം. കനമാർന്ന ഉരുക്കുകയറുകളിൽ തൂക്കിനിർത്തിയിരിക്കുകയാണ്. പുഴയിൽ വെള്ളമൊഴുക്ക് ശക്തമാകുമ്പോൾ ഉയർത്താനുള്ള സംവിധാനമൊക്കെയുണ്ട്. ഇരുവശവും ഇരുമ്പിൻവല തീർത്ത് അതിലൂടെയുള്ള യാത്ര ഭീതിരഹിതമാക്കിയിട്ടുണ്ട്. എങ്കിലും നേർത്ത നെ

പ്രാവിൻകൂട്ടവും കുട്ടികളും

മാ ചെൻ സിങ്ചു ക്ഷേത്രം

ഞ്ചിടിപ്പോടെയാണ് പാലം കടന്നത്. അതിന്റെ ഉലച്ചിലും മുറുകലുമൊക്കെ ഭയം തോന്നിക്കും. ഏതാണ്ട് 180 മീറ്റർ കടന്ന് അക്കരെയെത്തുമ്പോൾ മറ്റൊരു ഗ്രാമമാണ്. കൃഷിയും ചെറുകിട വ്യാപാരങ്ങളും മദ്യശാലകളുമൊക്കെയുള്ള ഗ്രാമം.

എല്ലാം കണ്ടുതീർത്ത് മടങ്ങുമ്പോൾ മനസ്സിൽ നിറഞ്ഞുനിന്നത് ആ വരികളാണ്,

'എനിക്കൊന്നും മറക്കാനാകുന്നില്ല
നീയുമൊത്തുള്ളയൊന്നും'.

ഒരല്പം ബുദ്ധചിന്ത

യാത്ര കഴിഞ്ഞ് വളരെ നാളുകൾക്കുശേഷമാണ് ഈ കുറിപ്പുകൾ എഴുതിത്തുടങ്ങിയത്. ഓരോ ബുദ്ധാശ്രമത്തെക്കുറിച്ച് എഴുതാൻ തുടങ്ങുമ്പോഴും വ്യത്യസ്തമായ കാഴ്ചകളാണ് മനസ്സിന്റെ സംഭരണിയിൽ നിറഞ്ഞുനിന്നത്. എന്നാൽ, എല്ലാത്തിനും ചില പൊതുസ്വഭാവങ്ങളുണ്ടെന്ന സത്യം എഴുത്തിനെ ആദ്യംമുതൽ പിടിച്ചുലച്ചു. ഓരോ മൊണാസ്ട്രിയെക്കുറിച്ചും എഴുതിക്കഴിഞ്ഞശേഷമാണ് സത്യത്തിൽ അതിന്റെ വ്യത്യസ്തതയെക്കുറിച്ച് ഗൗരവമായി ചിന്തിച്ചത്. ഓരോയിടവും കാഴ്ചയിൽ ഒന്നിനൊന്നു വ്യത്യാസപ്പെട്ടിരിക്കുന്നുവെന്നത് മാത്രമല്ല, ഓരോയിടത്തെയും ബുദ്ധസങ്കല്പങ്ങളിലും പ്രകടമായ വ്യത്യാസം തോന്നിയതാണ് പ്രധാനമായും എഴുത്തിനെ പ്രതിരോധത്തിലാക്കിയ പ്രശ്നം. ഒരേ ഭൂഭാഗത്ത് വസിക്കുന്ന ഭിക്ഷുക്കളിൽ ആരാധനാ മൂർത്തികളിലും സമ്പ്രദായങ്ങളിലും ജീവിത രീതിയിലുമെല്ലാം കാണപ്പെട്ട വ്യത്യസ്ത ധാരണകളാണ് തുടക്കംമുതൽ ബുദ്ധിസമെന്ന വിവക്ഷ എന്നിൽ കൂടുതൽ ചിന്താ

ക്കുഴപ്പം സൃഷ്ടിച്ചത്. ഇപ്പോഴും അതിൽനിന്ന് മോചനം ലഭിച്ചിട്ടില്ല.

പി എൻ ദാസിന്റെ വരികളാണ് ഓർമ്മയിലെത്തുന്നത്. 'ഓരോ മനുഷ്യനിലും ബോധോദയത്തിനായി കാത്തുനില്ക്കുന്ന അജ്ഞാതനായ ഒരു ബുദ്ധനുണ്ട്. എല്ലാത്തരത്തിലുമുള്ള അഹംബോദ്ധ്യങ്ങളും മുഴുവനായി വെടിഞ്ഞ് പൂർണ്ണ ശുദ്ധബോധത്തിലെത്തുമ്പോൾ മാത്രമാണ് ബോധത്തിന്റെ വിളക്ക് സ്വയം എരിയാൻ തുടങ്ങുക. എത്ര വ്രതങ്ങൾ നോറ്റാലും പുണ്യഗ്രന്ഥങ്ങൾ ഉരുവിട്ടാലും ആചാര്യന്മാരെ പൂജിച്ചാലും തീർത്ഥാടനങ്ങൾ പോയാലും അതുണ്ടാവില്ല. ഓരോ ദിവസത്തിന്റെയും മുഴുവൻ നേരങ്ങളിലും ശാന്തവും കരുണവുമായ ഒരു മനസ്സോടെ ജീവിക്കുന്ന ഒരാളിൽ ബോധോദയത്തിന്റെ ഒരു സാദ്ധ്യത തീർച്ചയായും ഉണ്ട്.' ഹിമാചലിൽ ഞാൻ കണ്ട ബുദ്ധാശ്രമങ്ങളിൽ മേല്പറഞ്ഞ ബോധോദയത്തിന്റെ കണികകൾ കാര്യമായി സ്വാധീനം ചെലുത്തുന്നത് കാണാനായില്ലെന്ന അടിസ്ഥാന പ്രശ്നം ഇപ്പോഴും എന്നെ വേട്ടയാടുന്നു.

'ഭൂമിയിൽ ഇതുവരെ പിറന്നിട്ടുള്ളവരിൽ ഏറ്റവും ശ്രേഷ്ഠനാണ് ബുദ്ധൻ എന്ന് ഞാൻ ഉള്ളിന്റെയുള്ളിൽ വിശ്വസിക്കുന്നു'വെന്ന് പറഞ്ഞത് മഹാകവി ടാഗോറാണ്. 'ഞാൻ ബുദ്ധദാസന്മാരുടെ ദാസന്മാരുടെ ദാസ'നെന്ന് ആവർത്തിച്ചത് സ്വാമി വിവേകാനന്ദൻ. ബുദ്ധന്റെ സമ്പൂർണ്ണ സദാചാര പദ്ധതിയെക്കുറിച്ച് അദ്ദേഹത്തിന് പറയാൻ ആയിരം നാവായിരുന്നു. *ഭഗവദ്ഗീത*യിലെ ധർമ്മോപദേശങ്ങൾ ബുദ്ധ സൂക്തങ്ങളുടെ സാരമാണെന്ന വ്യാഖ്യാനം ആർ സി മജുംദാറാണ് മുന്നോട്ടുവച്ചത്. ധാർമ്മിക ജീവിതത്തെ ഒരു ജീവിതദർശനമായി ഉയർത്തിയത് ബുദ്ധനാണ്. ധർമ്മശാസ്ത്രങ്ങളുടെ എല്ലാ സ്ഫുരണവും ബുദ്ധനിൽനിന്നാണ് ഉദിച്ചതെന്ന് സ്വാമി വിവേകാനന്ദൻ സൂചിപ്പിക്കണമെങ്കിൽ ബുദ്ധന്റെ മാനവസത്ത എത്രത്തോളമാണെന്നത് അസാങ്കല്പികം. ആത്മാവിനെക്കുറിച്ചുള്ള ജ്ഞാനസിദ്ധാന്തങ്ങളെല്ലാം പൊളിച്ചടുക്കിയ പ്രായോഗികവാദിയായിരുന്നു ബുദ്ധനെന്ന് എംഗൽസ് രേഖപ്പെടുത്തിയത്, 'നന്മ ചെയ്യുക; നല്ലവരാകുക'യെന്ന ബുദ്ധവാക്യത്തിന്റെ പൊരുളറിഞ്ഞാകണം.

എന്നാൽ ഇപ്പോൾ ഈ ബുദ്ധാശ്രമങ്ങളിൽ ബഹുഭൂരിപക്ഷവും ഈ ചിന്തകളിൽനിന്നെല്ലാം അകന്നാണ് നിലനില്ക്കുന്നത് എന്നുപറയേണ്ടിവരും. അതിനുകാരണം ഇവിടങ്ങളിലെ സ്ഥാപനവല്ക്കരിക്കപ്പെട്ട

അനുഷ്ഠാനങ്ങളും പൗരോഹിത്യ വരേണ്യതയുമാണ്. മൂലസിദ്ധാന്തത്തിൽനിന്ന് വ്യതിചലിക്കുമ്പോൾ അതുണ്ടാക്കുന്ന സമാന്തരപാതയ്ക്കും വ്യതിചലനം ഉണ്ടാകുമെന്ന പൊതുസിദ്ധാന്തം ഇക്കാര്യത്തിൽ അംഗീകരിക്കാതെ വയ്യ. ബുദ്ധനുശേഷം പിൻഗാമികളിൽ തുടങ്ങിയ ഈ വ്യതിയാനം അതിന്റെ എല്ലാ സീമകളും ലംഘിച്ച് വളരുന്ന കാഴ്ചയാണ് മിക്കയിടത്തും.

ബുദ്ധ ചരിത്രഗവേഷകൻ ഡോ. കെ സുഗതന്റെ വിലയിരുത്തൽ ഈ ചിന്തയ്ക്ക് ഊർജ്ജം പകരുന്നു. 'ബുദ്ധന്റെ പരിനിർവ്വാണം കഴിഞ്ഞ് ഒരു നൂറ്റാണ്ട് പിന്നിട്ടപ്പോൾ ഭിക്ഷുക്കൾ തമ്മിൽ അഭിപ്രായ വ്യത്യാസങ്ങളുണ്ടായി. അത് സഭയെ രണ്ടായി വിഭജിക്കുന്നതിൽ ചെന്നെത്തി- ഥേരവാദികളും മഹായാനക്കാരും. (മഹായാനം ഉടലെടുത്തത് പരിനിർവ്വാണം കഴിഞ്ഞ് നാല് നൂറ്റാണ്ടുകൾക്കുശേഷമാണെന്നും അഭിപ്രായമുണ്ട്.) ബുദ്ധമതത്തിലെ പ്രാമാണിക ഗ്രന്ഥങ്ങളായ ത്രിപിടകങ്ങളിൽ സാധാരണ ജനങ്ങളെ ഉദ്ദേശിച്ച് അവർക്ക് ഗ്രഹിക്കാവുന്ന ഭാഷയിൽ മനസ്സിലാകുന്നിടത്തോളം വിഷയങ്ങളെ മാത്രം സാങ്കേതിക പരിമിതി കൂടാതെ പ്രതിപാദിച്ചിരിക്കുകയാണെന്നും അവയിലുള്ള സൂചനകളുടെ വെളിച്ചത്തിൽ സിദ്ധാന്തങ്ങൾ രൂപപ്പെടുത്തുന്നതിൽ തെറ്റില്ലെന്നും അവ ആവശ്യമാണെന്നും ഒരുകൂട്ടം പണ്ഡിതന്മാർ കരുതി. അവർ തങ്ങളുടെ തത്ത്വ പ്രഖ്യാപനത്തിനും വിശദീകരണത്തിനും സംസ്കൃത ഭാഷയാണ് സ്വീകരിച്ചത്. ഈ സമ്പ്രദായത്തെ അവർ മഹായാനം (വലിയ വാഹനം-മായാനം) എന്നു വിളിച്ചു. മഹാ സാംഘികർ എന്നും മായാനക്കാർക്ക് പേരുണ്ട്.

ത്രിപിടകങ്ങൾ പാലിഭാഷയിലാണ് എഴുതിയിരുന്നത്. സാധാരണക്കാർക്കുവേണ്ടിയുള്ള ഉപദേശങ്ങൾ അവർക്ക് മനസ്സിലാകുന്ന അവരുടെ ഭാഷയിൽത്തന്നെ വേണമെന്ന് ബുദ്ധന് നിർബ്ബന്ധമുണ്ടായിരുന്നു. ത്രിപിടകങ്ങളെ അക്ഷരത്തിലും അർത്ഥത്തിലും അനുസരിച്ചിരുന്ന യാഥാസ്ഥിതികരാണ് ഥേരവാദികൾ അല്ലെങ്കിൽ മുതിർന്നവർ. സ്ഥവിരർ എന്നും പറയും. മായാനക്കാർ ഥേരവാദികളെ ഹീനയാനക്കാർ (ചെറിയ വാഹനം-ചിന്നയാനം) എന്നുവിളിച്ചു. (ഹീനം എന്ന വാക്കിന് മലയാളത്തിൽ

ചീത്തയെന്ന അർത്ഥമുള്ളതുകൊണ്ട് നമുക്ക് ആ വാക്ക് ഒഴിവാക്കാം). ഥേരവാദികളുടെ രക്ഷാധികാരി അശോക ചക്രവർത്തിയായിരുന്നു. മായാനക്കാരുടെ രക്ഷാധികാരി കനിഷ്കനും. ഥേരവാദത്തിൽ ശാക്യമുനിക്കാണ് പ്രാധാന്യം. മായായാനത്തിൽ എല്ലാ ബുദ്ധന്മാർക്കും തുല്യപ്രാധാന്യമുണ്ട്. മായായാനത്തിന്റെ ലക്ഷ്യം വ്യക്തിയുടെ നിർവ്വാണമല്ല, സമഷ്ടിയുടെ നിർവ്വാണമാണ്. ഥേരവാദത്തിൽ പരിനിർവ്വാണത്തിനുശേഷമുള്ള ബുദ്ധാവസ്ഥയെക്കുറിച്ച് വ്യക്തമായൊന്നും പറയുന്നില്ല'. (പേജ് 40-41 *ബുദ്ധനും നാണുഗുരുവും*, ഡോ. കെ സുഗതൻ).

ബുദ്ധ, ഹിന്ദു മതങ്ങൾ വ്യത്യസ്തമാണ്. എന്നാൽ ഇന്നത്തെ ഇന്ത്യൻ സാഹചര്യത്തിൽ ഹിന്ദുമതത്തിന് കുറേയെങ്കിലും മേൽക്കൈ അംഗീകരിച്ചുകൊടുക്കുന്നുണ്ട്. ഒരു വരേണ്യമതം എന്ന നിലയിൽ പരിശോധിക്കുമ്പോൾ അത് മറ്റ് മതങ്ങളിൽ ചെറുതും വലുതുമായ അർത്ഥത്തിൽ സ്വാധീനം ചെലുത്തിയിട്ടുമുണ്ട്. ഹിമാചലിലെ മിക്ക ബുദ്ധമൊണാസ്ട്രികളും ഇതിൽനിന്ന് മോചിതമല്ല. ബുദ്ധനെ ഹൈന്ദവീകരിക്കാനുള്ള ബോധപൂർവ്വമായ നീക്കം നടക്കുന്നുണ്ടോയെന്ന് സംശയിക്കുന്നതിലും തെറ്റുണ്ടാകില്ല. ഒരുപക്ഷേ, ഇന്ത്യയിൽ ബുദ്ധമതത്തിന്റെ നിലനില്പിനായുള്ള പ്രയോഗപരീക്ഷണമാകാമിത്. എന്നാൽ, ഈ പരീക്ഷണം കഴിഞ്ഞ നൂറ്റാണ്ടുകളിൽതന്നെ പ്രയോഗസാദ്ധ്യത കൈവരിച്ചതായി കാണാം. ബുദ്ധമതം ഹിന്ദുമതത്തിന്റെ മകളായിരുന്നുവെന്ന സ്വാമി വിവേകാനന്ദന്റെ നിരീക്ഷണം മേല്പറഞ്ഞതുമായി കൂട്ടിവായിക്കാവുന്നതാണ്. അതോടൊപ്പം നിലനില്പിനായി താല്ക്കാലിക വിട്ടുവീഴ്ചകൾക്കും ബുദ്ധമതം തയ്യാറായിട്ടുണ്ട്. ഹിന്ദു-ബുദ്ധ മതങ്ങളെ ഇരട്ടപെറ്റവരെന്നാണ് പതിനാലാം ദലൈലാമ വിലയിരുത്തുന്നത്. അത് അദ്ദേഹത്തിന്റെയും സ്വന്തം മതത്തിന്റെയും ഇന്ത്യയിലെ രാഷ്ട്രീയ അന്തേവാസിത്വത്തിന്റെയും ഭാഗമായുള്ള വ്യാഖ്യാനമായി വിലയിരുത്താമെന്നുതോന്നുന്നു.

ഇന്ത്യയിലെ ബ്രാഹ്മണ്യം പുനരുജ്ജീവിപ്പിക്കപ്പെട്ടത് കുറേ രാജാക്കന്മാരുടെ പാർശ്വവർത്തിത്വത്തിൻകീഴിലാണെന്ന് ഇന്ത്യാ ചരിത്രം വായിക്കുന്നവർക്ക് വ്യക്തമാകും. ഇതുകൂടാതെ തുർക്കികളുടെ വരവോടെ വി

ഹാരങ്ങളും ക്ഷേത്രങ്ങളും തകർക്കപ്പെട്ടതും ബുദ്ധമതത്തിന്റെ ദാരുണാന്ത്യത്തിന് കാരണമായിട്ടുണ്ടാകണം.

ബുദ്ധൻ ജനിച്ചത് ബി സി 625 ലാണ്. 624 എന്നും 623 എന്നും ചിലർ എഴുതാറുണ്ട്. 'ബുദ്ധന്റെ പരിനിർവ്വാണം കഴിഞ്ഞിട്ട് 2500 വർഷം തികഞ്ഞത് 1956 ൽ ആണെന്ന് അംഗീകരിക്കപ്പെട്ടിട്ടുണ്ട്. ആ കണക്കനുസരിച്ച് പരിനിർവ്വാണം ബിസി 545 ൽ ആയിരുന്നുവെന്ന് ഡോ. കെ സുഗതൻ രേഖപ്പെടുത്തുന്നു. 45 വർഷം ബുദ്ധൻ തന്റെ സിദ്ധാന്തം ജനങ്ങളെ പഠിപ്പിച്ചു. വടക്കേയിന്ത്യയിലാകെ ബുദ്ധമതം പ്രചരിച്ചു. അശോകചക്രവർത്തിയുടെ കാലത്താണ് പ്രചുരപ്രചാരം കിട്ടുന്നത്. ഇന്ത്യയിലുടനീളം മാത്രമല്ല, ശ്രീലങ്ക, നേപ്പാൾ, ബർമ്മ, മലയ, ഇന്തോനേഷ്യ, തായ്‌ലന്റ്, കംബോഡിയ, ലാവോസ്, വിയത്നാം, അഫ്ഗാനിസ്ഥാൻ, റഷ്യ, ഗ്രീസ്, ബാബിലോണിയ, പേർഷ്യ, ഈജിപ്ത് എന്നിവിടങ്ങളിലെല്ലാം വ്യാപിച്ചു. ബി സി മൂന്നാം നൂറ്റാണ്ടുമുതൽ എ ഡി 12-ാം നൂറ്റാണ്ടുവരെ ഇന്ത്യയിലെ മുഖ്യമതം ബുദ്ധമതമായിരുന്നു. 14-ാം നൂറ്റാണ്ടോടെയാണ് അത് ക്ഷയിച്ചത്.

ബ്രഹ്മാവ് ബുദ്ധനെ ഒരുനാൾ കണ്ടു. ധർമ്മത്തെപ്പറ്റി പ്രബോധനം നല്കണമെന്ന് ആവശ്യപ്പെട്ട് ഒരു താമര നല്കി. ആ പുഷ്പവും ചുഴറ്റി ബുദ്ധൻ ശിഷ്യർക്ക് ഇടയിലൂടെ നടന്നു. പലതരം പ്രതികരണമാണ് ശിഷ്യരിൽ ഉണ്ടായത്. മഹാകശ്യപൻ എന്ന ശിഷ്യൻ മാത്രം അതുകണ്ട് മന്ദഹസിച്ചു. അതുകണ്ട മാത്രയിൽ ബുദ്ധന്റെ കൈകളിലിരുന്ന താമര വിടർന്നു. അതിന്റെ പൊരുൾ തിരഞ്ഞവർ നല്കിയ പേരാണ് 'സെൻ' എന്നത്. കശ്യപനിൽ അന്നുവന്ന മന്ദഹാസമാണ് യഥാർത്ഥത്തിൽ സെൻ ബുദ്ധിസം. ജ്ഞാനത്തിന്റെ അതിരില്ലാത്ത അവസ്ഥയാണ് സെൻ ബുദ്ധിസം. ധ്യാനത്തിലൂടെ ഒരാളിന്റെയുള്ളിൽ നേരിട്ട് ജ്ഞാനം ലഭിക്കുന്നുവെന്നതാണ് സെൻ ബുദ്ധിസത്തിന്റെ സത്ത. അതിനെ വിലയിരുത്തുന്നവർക്കും, അനുഭവിക്കുന്നവർക്കും വ്യത്യസ്ത ധ്യാനതലം ഉണ്ടാകാം. പക്ഷേ, അതിന്റെ ആകത്തുക ജ്ഞാനമാണ് എന്ന് ആരും വിസമ്മതിക്കില്ല. അതേസമയം ബുദ്ധനെ ബ്രഹ്മാവുമായി ചേർക്കുമ്പോൾതന്നെ ഹൈന്ദവീകരണത്തിന്റെ ചേർച്ചയും സാധിതമാക്കിയതായി വ്യക്തമാകും. അത് ബുദ്ധശാസ്ത്രത്തിന്റെ കാലിക വ്യാഖ്യാ

നമെന്ന് വിലയിരുത്തുന്ന സെൻബുദ്ധിസത്തിലൂടെയാണെന്നത് ഏറെ ചിന്തോദ്ദീപകം.

ഇതൊക്കെ പറയുമ്പോഴും ഇവിടെ ഓരോ മൊണാസ്ട്രിയിലും ബുദ്ധൻ ചിരിക്കുന്നു. ഈ ബുദ്ധവിഗ്രഹങ്ങളുടെ ചിരിയിൽ എന്തെല്ലാം ഒളിഞ്ഞിരിക്കുന്നു.'ഭഗവാൻ ബുദ്ധനുമാത്രം നല്കാനാകുന്ന മൗനമന്ദ ഹാസം ലോകത്തിന്റെ ഏറ്റവും വലിയ ആശ്വാസമാണ്' എന്ന് ഗുരു നിത്യ ചൈതന്യയതി എഴുതിയത് എത്രയോ സത്യമാണ്. ഫേൺഹില്ലിലെ ചാരു കസേരയിൽ ചാരിയിരുന്ന് ഒരിക്കൽ അദ്ദേഹം ഞങ്ങളോട് പറഞ്ഞതു മറക്കാനാകില്ല; 'ബുദ്ധൻ ചൈതന്യമല്ല; യതിയുമല്ല. യതിയും ചൈതന്യ വുമൊന്നുമല്ലാത്ത എന്തോ ഒന്ന്'.

നേരിട്ട് കണ്ടതും കടന്നുപോയവരുമായ നൂറുകണക്കിന് ബുദ്ധഭി ക്ഷുക്കളിൽ ആ ചൈതന്യം നിറഞ്ഞുനില്ക്കുന്നു. ഈശ്വരാധിഷ്ഠിതമ ല്ലാത്ത മാനവികതയുടെ സ്വരരാഗധാര.

9 789386 364968

Printed by Libri Plureos GmbH in Hamburg,
Germany